शुनम्यो मसुनो हे जपानमधल्या ४५० वर्षं जुन्या बौद्ध मंदिराचे प्रमुख पुजारी आहेत. 'द आर्ट ऑफ सिम्पल लिव्हिंग' हे त्यांचं पुस्तक आंतरराष्ट्रीय बेस्टसेलर आहे, तसंच ते झेन गार्डन डिझायनरही आहेत. त्यासाठी त्यांना अनेक पारितोषिकं मिळाली असून, त्यांचे ग्राहक जगभरात आहेत. याशिवाय ते जपानमधल्या अग्रगण्य कला शाळेत 'एन्व्हायर्मेंटल डिझाइन' या विषयाचं अध्यापन करतात. हार्वर्ड ग्रॅज्युएट ऑफ डिझाइन, कॉर्नेल युनिव्हर्सिटी आणि ब्राउन युनिव्हर्सिटी यांसारख्या संस्थांमध्ये त्यांनी व्याख्यानंही दिली आहेत.

डोन्ट वरी

चिंतामुक्त होण्याचे ४८ धडे

शुनम्यो मसुनो

अनुवाद : प्रणव सखदेव

MANJUL
मंजुल पब्लिशिंग हाउस

First published in India by

MANJUL

Manjul Publishing House

Corporate and Editorial Office

• 2nd Floor, Usha Preet Complex, 42 Malviya Nagar,
Bhopal 462 003 – India

Sales and Marketing Office

•C-16, Sector 3, Noida, Uttar Pradesh 201301, India
Website: www.manjulindia.com
Distribution Centres
Ahmedabad, Bengaluru, Bhopal, Kolkata, Chennai,
Hyderabad, Mumbai, New Delhi, Pune

Don't Worry: 48 Lessons on Achieving Calm by Shunmyo Masuno - Marathi edition

Originally published in Japanese as *Shinpaigoto no Kyuwari wa Okoranai*
by Mikasa-Shobo Publishers Co., Ltd., Tokyo.

This edition published by arrangement with Penguin Books, an imprint of Penguin Publishing Group, a division of Penguin Random House LLC and in conjunction with Mikasa-Shobo Publishers Co., Ltds. c/o Tuttle-Mori Agency, Inc., Tokyo

This Marathi edition first published in India in 2024

ISBN: 978-93-5543-811-9

Marathi translation: Pranav Sakhadeo
Cover design: Sonali Zohra

Printed and bound in India by Thomson Press (India) Ltd.

अनुक्रमणिका

विभाग पहिला

कमी करा, जाऊ द्या, मागे सोडून द्या.

काळज्या आणि चिंतांपासून लांब राहण्याचा झेन मार्ग

विभाग दुसरा

इथे आणि आत्ता ज्या गोष्टी प्राप्त करता येतील, त्यांवरच एकाग्रचित्त व्हा.

असं केल्याने, तुम्ही अनावश्यक गोष्टींचा विचार करणं थांबवाल.

विभाग तिसरा

स्पर्धेमधून बाहेर पडा आणि मग सगळं काही हवं तसं घडेल.

'प्रत्येक जण वेगळा असतोआणि मी जो आहे तसाच आहे.'

भाग चौथा

नातेसंबंध सुधारण्यासाठी आश्चर्यकारक उपयुक्त सल्ले

चांगले संबंध कसे जोडायचे आणि वाईट कसे सोडून द्यायचे

विभाग पाचवा

तुम्ही 'कशा प्रकारे' काळजी करता ते बदला आणि मग तुमचं आयुष्य बदलून जास्त चांगलं होईल.

पैसा, वृद्धत्व, मृत्यू आणि बरंच काही...

प्रस्तावना

गरज नसलेल्या गोष्टींपासून स्वत:ला दूर ठेवा.
साधं, सोपं आयुष्य जगा,
लोकांना काय वाटेल याचा विचार न करता,
निरर्थक चिंता आणि काळज्यांपासून मुक्त व्हा.

हे सारं कसं साधायचं हे मी तुम्हाला या पुस्तकात सांगणार आहे.

मी स्वतः झेन बौद्ध धर्मोपदेशक असल्याने, अनेक लोक त्यांच्या समस्या, अडचणी यांबाबत माझ्याशी चर्चा करतात. माझे सल्ले घेतात. त्यांच्या अडचणींचे विषय तसं पाहायला गेलं तर विविधांगी असतात, पण त्यांतल्या काहींची सरासरी काढायची झाली, तर त्यात प्रामुख्याने चिंता, काळज्या आणि शंका यांचं प्रमाण जास्त असतं असं मला वाटतं.

त्यांच्या चिंता मी नीट ऐकल्या की, समजतं ते असं : त्यांना जे काही वाटतं, ते जवळपास सगळे भ्रम असतात, गृहीतकं असतात, चुकीची मतं असतात किंवा मनानेच कल्पिलेली भीती तरी असते. तुम्ही असंही म्हणू शकाल की, त्यामध्ये काही फार नसतं. ते पोकळ असतं.

''प्रत्यक्ष अनुभवत नसल्याने तुम्ही असं म्हणताय. एका फटक्यात तुम्ही असं कसं खोडून काढू शकता?'' किंवा ''मी एवढा चिंताक्रांत

झालो होतो, की माझी तहान-भूक विसरून गेलो, अहो!'' काही जण मला असंही म्हणतील.

जपानी भाषेत एक म्हण आहे. तिचा गर्भितार्थ असा : शेतामधल्या वाळक्या सुसूकी गवताला भूत समजून पळून लोक पळून जातात. वरील म्हणणं या म्हणीसारखंच आहे. म्हणजे असं की, तुम्हाला जे भूत म्हणून दिसतं आहे, त्याला भिण्याची काहीच आवश्यकता नाही. कारण जे दिसतंय, ते तर वाळलेलं गवत आहे. ज्या गोष्टी आपल्याला बांधून ठेवतात आणि आपलं मनोबल खच्ची करतात, त्या या भुतांसारख्याच असतात. खरं तर, आपण त्यांच्याकडे वस्तुनिष्ठपणे पाहिलं, तर आपलं आपल्यालाच समजतं की, आपण सावल्यांना भीत होतो, ज्या प्रत्यक्षात तिथे नव्हत्याच.

कदाचित तुम्हाला असा अनुभव आला असेल; एखादी चिंता तुमचं मन कुरतडत होती, तिचं प्रचंड ओझं जाणवायचं. पण त्यानंतर असं काहीतरी घडलं किंवा एखाद्या टिप्पणीमुळे तुमच्या लक्षात आलं की, ज्याची एवढी चिंता आपण करत होतो, ते फार बिनमहत्त्वाचं होतं. उगाच आपण एवढा विचार केला. आणि अचानक तुम्हाला हलकं वाटून चकित व्हायला होतं...

झेन शिकवणींमध्ये अशा प्रकारच्या साक्षात्कारांचा खजिना दडलेला आहे.

'झेन' हा शब्द ऐकल्यावर तुमच्या मनात काय येतं? उदात्त, गहिऱ्या किंवा प्रगाढ कल्पनांचं गूढरम्य जग- असा काहीतरी अर्थ तुम्ही काढू शकता. खरंच आहे ते. झेन 'कोआन' म्हणजे कथा किंवा झेन कोड्यांमधून आम्ही कधीकधी काही अमूर्त, गूढ अशा चर्चा करतो, नाही असं नाही. पण झेन म्हणजे तितकंच नव्हे. तसं मानलं, तर ते दिशाभूल करणारं ठरेल.

झेन शिकवण्या सुलभ आणि सहजोपयोगी असू शकतात.

त्या रोजच्या जगण्याशी खूप जवळून संबंधित असतात, जोडलेल्या असतात.

उदाहरणार्थ, घरात शिरल्यावर तुम्ही पायांतल्या चपला, बूट बाहेर काढता. नीट ओळीत ठेवता. ही साधी कृती जशी जगण्यात रुजलेली असते, तसंच झेनमध्येही आहे. एका झेन शिकवणीचं हे जसंच्या तसं प्रतिबिंब आहे - 'स्वतःच्या पायाखाली काय आहे, हे नीट बघा.'

झेन प्रशिक्षणामध्ये आम्ही वाक्प्रचार किंवा म्हणी यांचा वापर करतो. ज्याला 'झेनगो' असं म्हटलं जातं. या शिकवण्या किंवा झेनगोंची व्युत्पत्ती किस्से-कहाण्यांच्या आणि तत्त्वज्ञानाच्या आमच्या ग्रंथांमधून होते. त्यामुळे आपल्याला झेनची शहाणीव समजते. तसंच प्रत्यक्षात ते वापरायचं कसं हेही लक्षात येतं. या पुस्तकात तुम्हाला या झेनगो सर्वत्र सापडतील. तसंच शेवटी त्या संकलितही केलेल्या आहेत.

आणखी एक झेन म्हण अशी, 'मनापासून खा-प्या.' यामधून शिकवण अशी मिळते की, अनावश्यक गोष्टींमुळे लक्ष विचलित करू नका. जेव्हा तुम्ही चहा पीत असाल, तेव्हा फक्त चहा पिण्यावरच लक्ष केंद्रित करा. किंवा जेव्हा तुम्ही जेवत असाल, तेव्हा फक्त खाण्याकडेच पूर्ण लक्ष द्या.

कदाचित हे फार साधं, सामान्य वाटेलही; पण तुम्ही या सवयी प्रत्यक्ष जीवनात आणण्यासाठी प्रयत्न केले, तर आपल्याला आत्ता जे आहे त्यावर, तुम्ही आहात तिथे लक्ष केंद्रित करता येईल. असं केल्याने, अनावश्यक चिंतांपासून आपण मुक्त होऊ आणि आपलं मन शांत, स्थिर होईल.

त्यामुळे भविष्यात काय होईल, याचा विचार करून मनाची घालमेल करून घेण्यापेक्षा, आपण 'आत्ता आणि इथे' यावरच लक्ष देऊ या. यातला लक्षात घ्यायचा मुद्दा असा की, जे आहे ते जाऊ द्या, सोडून द्या,

कमी करा... असं केल्याने, आपल्याला आपलंच अधिक शांत, अधिक विश्रांत आणि सकारात्मक रूप पाहायला मिळू शकतं, त्याचा आनंद घेता येऊ शकतो.

गाश्शो!

अर्थात नमस्ते!

शुनम्यो मसुनो

विभाग पहिला

कमी करा, जाऊ द्या, मागे सोडून द्या.

काळज्या आणि चिंतांपासून लांब
राहण्याचा झेन मार्ग

१

स्वतःला फसवू नका

झेन शिकवण : स्वतःची तुलना करू नका.

एक झेनगो अशी आहे की, 'स्वतःला फसवू नका.'

साध्या शब्दांत अर्थ सांगायचा, तर तो असा की, 'भ्रमात राहू नका.'

पण झेन तत्त्वज्ञानात, 'भ्रम' या संकल्पनेची व्याप्ती अधिक व्यापक आणि सखोल आहे.

तुमच्या मनात जे घट्ट रुतून बसतं, जे जे तुम्हाला घट्ट चिकटून राहतं, कवटाळतं आणि जे तुमच्या मनाला मर्यादा घालतं - ते सगळे म्हणजे भ्रम होय.

काहीतरी हवं असण्याच्या स्वार्थी आसक्त्या, तुम्हाला सोडून द्याव्याशा वाटत नाहीत अशा गुंतवणुका - हे सारेसुद्धा भ्रमच असतात.

इतरांबद्दल मत्सर वाटणं, न्यूनगंडाची भावना - इथेही भ्रमच असतात.

अर्थातच, आपल्या मनाला चिकटून बसलेल्या या प्रत्येक भ्रमापासून आपण स्वतःला मुक्त करू शकतो. बुद्धाने मनाची हीच अवस्था प्राप्त

केली. आपण एक मानवप्राणी असल्याने, आपण हे प्रथम स्वीकारलं पाहिजे की, भ्रम आपल्या मनामध्ये नेहमीच वसतीला असतील.

महत्त्वाचं आहे ते या भ्रमांना जितकं शक्य आहे, तितकं कमी करत जाणं. आपण सगळे जण हे करू शकतो. तेवढी क्षमता आपल्यात असते. पण असं करण्यासाठी, आपल्याला या भ्रमांना खऱ्या रूपात पाहणं, ते जाणून घेणं गरजेचं असतं.

सुन त्झूचं एक प्रसिद्ध वाक्य असं, 'तुमच्या शत्रूला ओळखा, स्वतःला ओळखा आणि मग शेकडो युद्धांनाही तुम्ही घाबरणार नाही.' म्हणजे असं की, तुमच्या शत्रूला ओळखल्याशिवाय तुम्हाला त्याला सामोरं कसं जायचं हे समजू शकत नाही.

या भ्रमांचा मूल स्रोत काय असतो?

विचार करण्याचा तो एक मार्ग आहे, ज्यात विरोधी बाजूच्या गोष्टींकडे लक्ष जातं.

उदाहरणार्थ, आपण फक्त दोन बाजूंचाच विचार करतो, जसं की, जीवन आणि मृत्यू, जिंकणं आणि हरणं, सौंदर्य आणि कुरूपता, श्रीमंत आणि गरीब, नफा आणि तोटा, प्रेम आणि द्वेष.

मृत्यूकडे जीवनाशी संघर्ष करणारा म्हणून पाहिलं जातं, आणि जेव्हा दोघांची तुलना केली जाते, तेव्हा जीवन पवित्र आणि मौल्यवान समजलं जातं. तर मृत्यू पोकळ आणि निराधार.

''काय नशीबवान आहे तो! माझं कुठलं एवढं चांगलं नशीब.''

''मी नेहमीच कसा काय हरतो, आणि ती नेहमीच कशी काय जिंकते?''

एकाच अनुभवाच्या आधारे सगळं काही संपलं, असं आपण म्हणतो. सगळ्या आयुष्याला आपण त्यावरून ताडतो. आणि त्यामुळे इतरांबद्दलचा मत्सर आणि स्व-निंदा या भावना आपल्या आत वाढत जातात. एक वेळ अशी येते की, त्या आपलाच घास घेतात.

काही जण म्हणतील की, आपल्या आजूबाजूला असलेल्यांचा आपल्यावर प्रभाव पडतो. आपण आपल्या भ्रमांना बांधील असतो. खरंच आहे हे.

पण स्वतःला विचारा : स्वतःची तुलना इतरांशी केल्याने आपल्याला काय मिळतं?

आणखी एक झेनगो आहे : 'एकदा आत्मजागृती झाली की, आवडतं-नावडतं असं काही राहत नाही.'

ही शिकवण आपण मानवी नातेसंबंधांना लागू केली, तर भावनांच्या भरात वाहून न जाता, आपल्याला इतर लोक ते जसे आहेत, तसे स्वीकारता येतील. मग ते आपल्याला आवडोत किंवा नावडोत (किंवा ते आपल्यापेक्षा चांगले असोत किंवा वाईट असोत).

झेन बौद्ध तत्त्वज्ञानातील 'सोटो' या शाखेचे संस्थापक, डोजेन झेन्झी म्हणतात, ''इतरांनी केलेल्या कृती माझ्या कृती नसतात.'' ते आपल्याला शिकवतात की, इतर लोक जे काही करतात, त्याचा आपण काय करतो याच्याशी संबंध नसतो. दुसऱ्या कुणाच्यातरी प्रयत्नांमुळे आपला विकास होणार नसतो. आपण आपापले प्रयत्न केल्यास आपल्यात चांगला बदल होतो. सुधारणा होतात.

एक झेन शिकवण अशी की, प्रत्येक गोष्टीचं अस्तित्व अतुलनीय असतं, आणि प्रत्येक व्यक्ती एकमेवाद्वितीय असते. त्यामुळे त्यांच्यात तुलना होऊ शकत नाही.

हे तुमच्यासाठी जसं सत्य आहे, तसंच ते इतरांसाठीही सत्य आहे.

तुलना अशी काही नसते. जेव्हा आपण तुलना न करता येणाऱ्या गोष्टींची तुलना करण्याचा प्रयत्न करतो, तेव्हा आपलं मन अप्रस्तुत असंबद्धतेने भरून जातं. आणि त्यामधून निर्माण होतात काळज्या, चिंता आणि भीती.

जेव्हा तुम्ही तुलना करणं थांबवाल, तेव्हा तुमचे नव्वद टक्के भ्रम गायब झाल्याचं तुम्हाला आढळेल. तुमचं मन हलकं झाल्याचं जाणवेल. मग आयुष्य जास्त विश्रांत होतं.

'स्वतःला फसवू नका' – या शिकवणीचं सातत्याने चिंतन करा. त्याचा विचार करा. स्वतःला उत्साहित करण्यासाठी, प्रेरित करण्यासाठी या वाक्याचा वापर करण्याची सवय लावून घ्या. स्वतःला सांगा, ''माझ्या अतुलनीय, एकमेवाद्वितीय अस्तित्वावर माझा विश्वास आहे.''

२

'आत्ता'वर लक्ष केंद्रित करा

आपणच आपली निगराणी करण्याबद्दलचा धडा

काही जण घडून गेलेल्या गोष्टींच्या आठवणींमध्येच कुढत बसतात. आपण असं म्हणू शकतो की, ते भूतकाळात अडकलेले असतात.

एका झेनगो अशी की, 'प्रत्येक श्वासात निवास करा.'

शब्दशः अर्थ घेतला, तर असं की श्वासोच्छ्वास करत असताना, एकेका क्षणात जगा, त्या क्षणात राहा. त्याच्याकडे पाहा. हे जितक्या जागरूकपणे करता येईल, तितक्या जागरूकतेने करा.

यामधून बौद्ध तत्त्वज्ञानातील एक संकल्पना ध्वनित होते : 'तीन जगांमध्ये राहा.'

ही जगं म्हणजे भूत, वर्तमान आणि भविष्यकाळ. आपण या तिन्ही जगांच्या सांधेजोडणीत राहतो. जरी आपण वर्तमानात असलो, तरी सरलेला काळ मृत झालेला भूतकाळ असतो, तर त्याच वेळी भविष्यकाळ जन्मायचा असतो.

'संसार' ही बौद्ध संकल्पना विशद केली जाते ती अशी : जन्म आणि पुनर्जन्माचं चक्र. म्हणजे जे जे जन्माला येतं, ते ते मरतं, आणि जे जे मरतं, त्याचा पुन्हा जन्म होतो.

हेच वेगळ्या शब्दांत सांगायचं तर भूतकाळाचा पुन्हा विचार करण्याचा काहीच फायदा नसतो. कारण तो गेलेला असतो. मृत असतो. तसंच आपण भविष्याचाही विचार करून काही फायदा नसतो. कारण तो अजून यायचा असतो, जन्मायचा असतो.

म्हणजे, महत्त्वाचं काय ठरतं, तर आपण आत्ता, या क्षणात कसं जगतो ते.

हायकूसारखी तीन ओळींची कविता – 'सेन्र्यू' अशी –

'कधीतरी हा लाकडी वाडगासुद्धा
चेरीचं झाड होता
योशिनो पर्वतावरचा'

आत्ता जो झिजलेला वाडगा दिसतो आहे, तो कधीकाळी याशिनो पर्वतावरचं दिमाखात उभं असलेलं सुंदर चेरीचं झाड होतं. त्याची फुलं-फळं पाहून येणारे-जाणारे लोक थक्क व्हायचे.

भूतकाळातला आपला सन्मान आणि प्रतिष्ठा आपल्या वर्तमान स्थितीचा पाया असतो.

पण योशिनो डोंगरावरील फुललेल्या चेरीच्या झाडांपुरत्याच या ओळी मर्यादित नाहीत. काही लोक त्यांचा चांगला भूतकाळ सारखा सारखा उकरून काढायची एकही संधी सोडत नाहीत.

''मी एवढ्या मोठ्या पदावर काम करायचो.''

''माझ्यामुळेच तर तो प्रकल्प यशस्वी झाला होता.''

अर्थात, एखादं काम चांगल्या प्रकारे पूर्ण केल्यावर झालेलं समाधान व्यक्त करणं आणि त्याची दखल घेणं हे आवश्यक असतंच. तसंच विजय प्राप्त केल्याबद्दल ग्लास उंचावून तो साजरा करणंही चांगलंच.

पण सारखं या जुन्या कहाण्यांभोवती घुटमळण्यात काय हशील? आपला दृष्टिकोन जरासा बदलू या.

'गेलेलं पुन्हा पुन्हा उगाळणं नको. फार रटाळ आणि कंटाळवाणं!'

तुम्ही असं काही कधी ऐकलं आहे?

प्रामाणिकपणे सांगायचं तर सारखं सारखं, त्याच त्या गतकाळातल्या छान छान, गौरवीकरण करणाऱ्या कथा ऐकाव्या लागणं फार कंटाळवाणं असतं. आणि जो माणूस बोलत असतो त्याला ते अनुचित वाटत नाही का? ते नक्कीच त्यांच्या आयुष्यात खूश नसतात, असं म्हणावं लागेल.

भूतकाळाला चिकटून राहण्याच्या प्रवृत्तीमुळे त्या व्यक्तीला वर्तमानाबद्दल फारसा आत्मविश्वास नाही, असं सूचित होतं. अशा प्रकारे चिंता, काळजी आणि भीती तुमच्या मनामध्ये हळूहळू शिरतात.

असंही म्हणू शकतो की, तुमच्या आजच्या 'स्व'ला खचवण्यासारखंच हे आहे.

तुमचा आजचा 'स्व' हा वाडग्यासारखा (किंवा 'डेड-एंड' स्थिती...) आहे असा शोक करत असाल, तर तुम्ही केवळ तुमच्या दुःखालाच मोठं-मोठं कराल. एखादा माणूस त्या वाडग्यामधून चविष्ट सूप पिऊ शकतो. ज्यामुळे त्याला छानपैकी ऊब मिळेल.

मग आता आपण शक्य तितका चांगला वाडगा बनायचा प्रयत्न करू या!

माझ्या मते, प्रत्येक श्वासात निवास करा या शिकवणीचा हा अर्थ आहे.

३

स्वतःच स्वतःवर ओझं होऊ नका किंवा स्वतःलाच खाली खेचू नका

तुमच्या जगण्यामध्ये अशी जागा निर्माण करा
जिथे तुमचा आत्मा वसू शकेल

तुमचं 'आध्यात्मिक निवासस्थान' आहे का?

एके काळी, जवळजवळ सगळ्या जपानी माणसांच्या घरात पवित्र वेदी किंवा स्थळ असायचं.

घरातला प्रत्येक जण दररोज त्या पवित्रस्थळी बसला आहे, उदबत्ती पेटवून (जर बौद्ध असेल तर), हात जोडून प्रार्थना म्हणतो आहे, असं चित्र नेहमी दिसायचं.

मुलांना आपल्या पालकांकडून आणि आजी-आजोबांकडून ही रीत वारशाने कळायची - प्रार्थनेसाठी आणि पूजेसाठी हात जोडायचे. आणि त्याचबरोबर, आपल्या पूर्वजांची आठवण काढून त्यांचं स्मरणही केलं जायचं.

जपानमधल्या परंपरा, चालीरीतींपैकी ही सर्वांत चांगली पद्धत आहे, याबद्दल तुमचं दुमत असणार नाही.

त्या काळी, जेव्हा एखाद्या कुटुंबाची शाखा नव्या ठिकाणी, नव्या घरी जायची, तेव्हा पहिल्यांदा त्या घरात पवित्र स्थळ उभारलं जायचं आणि त्या नव्या घरी आपल्या पूर्वजांचंही स्वागत करण्याची रीत होती. त्यामुळे प्रत्येक घरी पवित्र स्थळ असायचं आणि त्या कुटुंबाच्या रोजच्या जगण्यात पूर्वजांचाही सहभाग असायचा.

पण आता, किती लोकांच्या घरी असं स्थळ असतं? आपण फक्त शहरात राहणाऱ्यांचा विचार केला, तर ही संख्या फार कमी झाली आहे. अर्थात यामध्ये घरांची स्थिती हा एक घटक आहेच. पण त्याहून मोठं कारण यामागे आहे.

ते म्हणजे, शहरात राहणारे बहुसंख्य लोक युद्धानंतर तरुणपणीच आपापली मूळ गावं सोडून शहरात आले. त्यामुळे या लोकांच्या मते त्यांचे पूर्वज राहिले आहेत ते त्यांच्या मूळ गावी असलेल्या घरी. तिथे ते त्यांच्या पालकांचं किंवा कुटुंबप्रमुखांचं रक्षण करत आहेत. आणि त्यामुळे बुद्ध त्यांच्या जगण्यात अस्तित्वात आहे, असं त्यांना वाटत नाही.

किंवा त्यांच्या पालकांनी त्यांच्या पूर्वजांबद्दल पुरेसं ज्ञान देण्याआधीच हे लोक शहरामध्ये स्थलांतरित झालेले असू शकतात. त्यामुळे त्यांच्या घरी पवित्र स्थळ नसणं हे अगदी नैसर्गिक आहे. जसजशा पिढ्या जात आहेत, तसतशी आपली ही चांगली परंपरा नष्ट होत आहे.

याचा आणि आज लोकांना वाटणाऱ्या भ्रमनिरासाचा संबंध आहे, असं मला वाटतं.

तुमच्या पूर्वजांसमोर हात जोडणं हे काही रोज करायचं कर्मकांड आहे असं नाही. आपण आज जे जगतो आहोत, त्याप्रति कृतज्ञता व्यक्त करण्याची ही एक पद्धत आहे. पिढ्यान्‌पिढ्या आपल्याकडे जे जे वाहत आलं, पोहोचवलं गेलं, त्याप्रति ऋणात राहण्याची ही रीत आहे. पूर्वजांशिवाय या जगात एकही व्यक्ती अस्तित्वात येऊ शकत नाही.

मी रोज सकाळी दिवसाच्या सुरुवातीला हात जोडून म्हणतो, ''आणखी एक आरोग्यदायी दिवस दिल्याबद्दल आभार.'' आणि रोज रात्री हात जोडून मी दाद देतो. ''आणखी एक दिवस चांगला गेला त्याबद्दल आभार.''

कधीकधी मी माझ्या पूर्वजांशी संवाद साधतो.

रोज जगत असताना आपल्याला विविध अनुभव येतात. कधी कामात चुका घडतात, कधी नातेसंबंधांत गुंते निर्माण होता. कधी काही बांधून ठेवणाऱ्या गोष्टी आपली ऊर्जा कमी करतात. उदास वाटतं आपल्याला.

आपण आपल्या पूर्वजांशी या संबंधात बिनधास्त बोलू शकतो. तुमच्या पूर्वजांसमोर तुम्ही आश्चर्यकारकरीत्या अगदी जसे आहात तसे उघडपणे असू शकता.

अर्थात तुमचे पूर्वज काही उत्तर देतील अशातला भाग नाही, पण आपलं मन मोकळं केल्याने भावनांचं ओझं उतरतं. त्यामुळे तुम्हाला शांत, विश्रांत वाटेल. असं केल्याने भ्रमनिरासातून तुम्ही मुक्त व्हाल आणि सकारात्मकतेकडे तुमचं मन झेपावेल.

तुम्ही असंही म्हणू शकता की, पूर्वजांसोबत तुम्ही वेळ घालवल्यामुळे तुमच्या मनाला, त्याच्या ऊर्जेला शांत होण्यासाठी वेळ मिळतो. आणि आभार मानण्यासाठी हात जोडणं... त्यामुळे तुमचं मन शांत करण्याची एक संधी मिळते.

अर्थात पवित्र स्थळ स्थापन करणं हे तितकं सोपं नसेलही. तरीही, त्याबद्दल अति जास्त प्रमाणात काही वाटून घेण्याचीही गरज नाही.

तुम्ही एक साधी गोष्ट करू शकता. घरातली कुठलीही एक जागा निवडा, जिथे तुम्ही बसू शकाल. तिथे तुमच्या पूर्वजांची छायाचित्रं लावा. तुम्हाला जेव्हा निराश वाटेल, उदास वाटेल, किंवा सगळं संपलंय असं वाटेल, तेव्हा त्या ठिकाणी जा आणि शांत बसून हात जोडा. मग थोडा

वेळ आपलं मन मोकळं होईस्तोवर, ओझं उतरेस्तोवर बसून राहा. मला खात्री आहे की, असं केल्याने तुमचं मन स्थिर होईल, शांत होईल आणि तुमचा दृष्टिकोन जास्त सकारात्मक होईल.

तुमच्या राहत्या घराचा फार छोटासा भाग यासाठी लागेल, पण त्याचा तुमच्या ऊर्जेवर चांगला परिणाम होईल. ज्या कशाचं तुमच्या मनावर ओझं असेल किंवा जे काही तुमच्या मनाला खात असेल, ते निघून जाईल.

आध्यात्मिक निवासस्थानाचाचा अर्थ हा आहे. मी तुम्हाला विनंती करतो, तुम्ही तुमचं असं एक स्थान तयार करा.

४

तुमच्या मालकीच्या कमीतकमी गोष्टी ठेवा

त्यामुळे तुमचं मन आणि शरीर दोन्हींवरचा
भार हलका होईल

एखादी वस्तू घेतली की, ती टाकून देणं कठीण जातं. आपल्या सगळ्यांनाच अशा परिस्थितीला कमी-अधिक प्रमाणात सामोरं जावं लागतं. खरं तर, वेदना किंवा क्लेश यांचा हा स्रोत ठरू शकतो.

मी बहुतेकदा लोकांना बोलताना ऐकतो, ''माझ्या घरात वस्तू भरलेल्या आहेत. मलाही माहीत नाही एवढ्या वस्तू कधी आल्या घरात!''

घरात राहायला गेल्या गेल्या, ते घर छान, व्यवस्थित असतं. तिथे राहण्यासाठी बरीच जागा आहे असं वाटत असतं, पण तुम्हालाही कळायच्या आत, सगळी जागा विविध प्रकारच्या वस्तूंनी भरून जाते. मग विश्रांत, शांत व्हायची जागा वगळता बाकी सगळं काही तिथे असतं...

याचा निराश करणारा, उदास करणारा परिणाम होतो. मी अनावश्यक वस्तूंचा साठा करणाऱ्यांबद्दल बोलत नाहीये, जे 'सामानाने भरलेल्या हवेल्यां'मध्ये राहतात. पण माझ्या मते हा लहानसा अनुभव आपल्यापैकी प्रत्येकाला कधी ना कधीतरी आलेला असतो.

यामागचं कारण अगदी उघड आहे.

वस्तू किंवा गोष्टींपासून टाकून देण्याची क्षमता नसणं, वस्तू फेकून देण्याची इच्छा न होणं हे त्याचं कारण आहे.

झेनमध्ये एक संकल्पना आहे – 'किशा'. म्हणजे दान करणं किंवा भिक्षा देणं. त्याचा अर्थ हसत हसत आनंदाने, कोणत्याही पश्चात्तापाशिवाय देऊन टाकणं. मंदिरात किंवा धर्मस्थळी आल्यावर जेव्हा तुम्ही नाणी किंवा पैसे देता, म्हणजे हेच.

पैशासारखी एवढी महत्त्वाची गोष्ट देऊन टाकण्यात कुणी एवढा आनंदी का होत असेल?

याचं कारण काही गोष्टी देऊन टाकण्यामधून, आपण आपली स्वतःची भावनिक गुंतवणूकही काही प्रमाणात सोडून देतो.

काही गुंतवणुकीमुळे आपल्या मनात मळभ साचतं. त्या सोडून देण्याकरता एक ताकद लागते. पण त्यामुळे आपण आनंदी होतो.

हेच वस्तूंच्या बाबतीतही लागू होतं.

तुमच्या आजूबाजूला असलेल्या गोष्टींकडे एकदा पटकन एक नजर टाका. तुमच्या कपाटात किंवा वॉर्डरोबमध्ये कितीतरी वर्षं न घातलेले कपडे भरले आहेत का? एकदा किंवा दोनदाच वापरलेल्या पिशव्या–बॅगांनी तुमची मौल्यवान जागा व्यापली आहे का?

"कधीतरी मी ते वापरेन..."

आपल्या कृतीचं समर्थन करण्यासाठी नेहमी हे एक कारण दिलं जातं. पण तुम्ही ज्यांचा गेल्या तीन वर्षांमध्ये एकदाही विचार केलेला नसतो, त्यांचा वापर तुम्ही नजीकच्या काळात कधी कराल असंच तुम्हाला वाटतं का? पाच वर्षं ज्या बॅगेला बाहेरची हवादेखील लागलेली नाही, ती तुम्ही वापरणार आहात असं तुम्हाला वाटतं? याचं उत्तर बहुतांश वेळा असतं – 'नाही'.

हे सगळं तुम्हाला परिचित वाटत असेल, तर तुम्ही तुमच्या भावनांना बाजूला सारून सगळ्या वस्तूंची एकदाच विल्हेवाट लावली पाहिजे. वस्तू वाया घालवायच्या नाहीत किंवा उगाच फेकून द्यायच्या नाहीत, या मानसिकतेशी हा झगडा असू शकतो, हे मी समजू शकतो.

एखादी वस्तू बाजूला टाकून देणं ही कृती वाया घालवणं वाटू शकतं, हेही खरंच. पण तुम्ही त्यावर मात कशी करता हा खरा प्रश्न आहे.

समजा, तुमचा एखादा मित्र किंवा तसंच कुणीतरी ते कपडे घालू शकतील किंवा वस्तू वापरू शकतील असं वाटलं, तर त्यांना द्या किंवा सरळ धर्मादायी संस्था किंवा स्वयंसेवी संस्थांना दान करा. फ्ली मार्केटसारख्या ठिकाणी त्यांची विल्हेवाट लावा.

यांपैकी कोणताही पर्याय वाया न घालवण्याच्या मानसिकतेशी मिळताजुळता आहे. त्याच वेळी दान किंवा भिक्षा देण्याचा खरा अर्थही त्यात सामावलेला आहे.

कधी वापरात नसलेल्या वस्तू देऊन टाकल्याने तुम्ही जास्त जागा निर्माण करता, ज्यामुळे तुमच्या घरातला आरामदायीपणा वाढीस लागतो आणि दैनंदिन जीवन सुधारतं. यामुळे तुमच्या शारीरिक तसंच मानसिक स्वास्थ्यावरही सकारात्मक परिणाम होतो, हे वेगळ्याने सांगायची गरज नाही.

काही वस्तू ठेवणं आवश्यक असतं. त्या तुम्ही वापरत नसलात, तरी फेकून देऊ शकत नाही. यामध्ये तुमच्या नातेवाइकांच्या, आईवडिलांच्या, आजी-आजोबांच्या स्मृती जपणाऱ्या वस्तू किंवा स्मृतिचिन्हं यांसारख्या गोष्टींचा समावेश होतो. या वस्तू तुम्ही तुमच्या कुटुंबीयांसाठी किंवा खास स्मृती जपण्यासाठी ठेवलेल्या असतात.

आता इथे आव्हानात्मक काम असतं ते कोणती वस्तू कोणत्या प्रकारात घालायची हे ठरवणं.

माझ्या मते, सर्वांत महत्त्वाचा घटक असतो तो प्रत्येक वस्तूबद्दल तुम्हाला काय वाटतं हे जाणणं.

तुम्ही एखादी वस्तू हातात घेतल्यावर, तुमच्या मनात त्या वस्तूशी संबंधित आठवणी जागृत होतात का? ज्या माणसाने ती वस्तू तुम्हाला दिली, ती आठवून तुमच्या मनात आनंद निर्माण होतो का? त्यामुळे तुम्हाला शांत वाटतं का किंवा ताजंतवानं वाटतं का?

असं होत असेल, त्याचं मूल्य तेवढ्यापुरतं नाही. काही वस्तू, मग त्या कितीही जुन्यापुराण्या, खराब झालेल्या किंवा तुटक्याफुटक्या असल्या, तरी ठेवून देणं आवश्यक असतं. त्या वस्तू केवळ साध्या 'वस्तू' नसतात. त्या आपल्या आयुष्याशी फार जवळून जोडलेल्या असतात. एखादा सुंदर खोका घ्या, ज्यामध्ये या वस्तू तुम्हाला सांभाळून ठेवता येतील.

झेनमध्ये आम्ही म्हणतो, ''हातात हात घालून चालणं.'' त्याचा अर्थ असा की, ज्यांच्यावर तुमचा खरोखर विश्वास आहे, त्यांच्या सोबत आयुष्याचं मार्गक्रमण करायचं. यामध्ये आपली मूळ वृत्ती, भावदेखील आला. ज्या गोष्टी आपल्या स्मृतींना, आठवणींना सुरक्षित ठेवतात, त्यादेखील ही भावना निर्माण होण्याकरता बऱ्याच अंशी जबाबदार असतात.

५

तुम्ही जसे आहात, तसेच राहा

ज्यावर तुमचं नियंत्रण नाही, त्याकडे लक्ष देऊ नका

तुम्ही जे काही करत असाल, त्यासाठी तुमच्या ऊर्जेचा कणन्‌कण समर्पित करा...

यावरून मला आयुष्य व्यतीत करण्याचा एक प्रशंसनीय मार्ग आठवला.

पण अशा प्रकारे जगायचं असेल, तर आपण एक गोष्ट आपल्या मनात सातत्याने लक्षात ठेवली पाहिजे :

जगामध्ये अशा अनेक गोष्टी आहेत, ज्या आपल्या नियंत्रणापलीकडच्या आहेत.

तुम्हाला हव्या तशा गोष्टी घडाव्यात किंवा व्हाव्यात यासाठी तुम्ही अशा नाही तर तशा प्रकारे, काहीही करून, सर्वतोपरी प्रयत्न केले पाहिजेत, तुम्ही तुमचं सर्वस्व दिलं पाहिजे असा विचार करण्याकडे तुमचा कल आहे का?

आणि तरीही, अशा गोष्टी असतात; ज्यांवर खरोखरीच आपलं काहीही नियंत्रण नसतं. आपण आपली ऊर्जा कशालातरी पूर्णतः समर्पित करू शकत

नाही. आपण प्राणपणाने टक्कर देऊ शकतो, नाही असं नाही; पण त्यामुळे काहीही बदलणार नसतं. आपण कितीही प्रयत्न केले, पराकाष्ठा केली तरी त्यामुळे आपल्यालाच त्रास होऊन आपलाच शक्तिपात होणार असतो.

या आयुष्यात आपल्या आजूबाजूला अशा अनेक गोष्टी असतात, ज्यांवर आपलं काहीही नियंत्रण नसतं.

उदाहरणार्थ, आपण आपल्या हृदयाचे ठोके बंद करू शकतो का? आपलं हृदय स्वतःहून चालतं, त्याच्या पद्धतीने काम करतं आणि त्या बाबत आपल्याला काहीही करता येत नाही. आयुष्यात अनेक गोष्टी अशा आहेत, ज्यांवर आपलं नियंत्रण नसतं, त्या गोष्टी आपल्या आवाक्यापलीकडच्या असतात.

याच कारणामुळे बौद्ध तत्त्वज्ञानात असं समजलं जातं की, आपल्यापेक्षा जास्त मोठ्या शक्ती आपल्याला दिशादर्शन करत असतात. या शक्तींना सूक्ष्म वैश्विक सत्य किंवा बुद्धाची प्रकृती असं म्हटलं जातं.

आपलं आयुष्यं ज्या बिंदूपासून फुलू लागतं, तो बिंदू आपल्या नियंत्रणापलीकडचा आहे हे जेव्हा आपल्याला आकळतं, तेव्हा अशा प्रकारात इतरही अनेक बाबींचा समावेश होतो हेही समजायला सोपं जातं. त्यामुळे आपण आपली शक्ती वाया घालवून शक्तिपात करायची गरज नाही, याचं आकलन होणं किती मुक्तिदायी आहे, नाही का?

त्यामुळे आपल्या आवाक्यापलीकडच्या, नियंत्रणाबाहेर असलेल्या काही बाबी आहेत हे स्वीकारणं सर्वांत चांगलं.

आपण आपल्या आरोग्याची कितीही चांगली काळजी घेतली, त्याकडे लक्ष दिलं, तरी आपल्याला रोग, आजार होणार किंवा इजा-दुखापती होणारच.

आपण कदाचित तक्रार करू शकू, ‘‘मी माझ्या तब्येतीची खूप काळजी घेतली खरी, पण तरी मी आजारी पडले... मी नक्कीच हवं तितकं

लक्ष दिलं नसणार!'' पण असं करताना, आपण सत्याला कमी लेखतो. सत्य असं की, आपण आजारी पडतो. कितीही काही केलं तरी यात काही फरक पडणार नसतो. आणखी होतं असं की, आपण आपल्याला दोष दिल्याने आणि स्वतःला कोसल्याने सतत नकारात्मक विचार करतो.

आजारी या शब्दासाठी जपानी भाषेत वापरल्या जाणाऱ्या शब्दाचा अर्थ आहे, आपला आत्मा वेदनेत आहे. त्यामुळे जेव्हा आपण आजारी असतो, तेव्हा आपला आत्मा डळमळतो, गांगरतो. त्याचा आपल्यावर परिणाम होतो.

आपल्याला दुखापत होते, तेव्हा बहुतेकदा आपल्या शरीराचा एक भाग कमकुवत होतो.

''अरेरे! मी पूर्वी जशा हालचाली करायचो, तशा आता करू शकत नाहीये... माझ्याच बाबतीत असं का घडलं?'' तुमच्या नशिबाला दोष दिल्याने तुमची शारीरिक क्षमता वाढणार नसते. उलट त्यामुळे तुमचे पुढचे दिवस निराशेत जाणार असतात.

या दोन्ही उदाहरणांमध्ये लक्षात येईल, की आपल्या नियंत्रणात काही नसतं. त्यामुळे स्वीकारण्याशिवाय इतर कोणताही पर्याय नाही. तुम्ही विरोध करू शकता, पण शेवटी स्वीकार करावा लागतो.

असं जर असणार असेल, तर ते लगेच का करू नये?

तुम्ही जसे आहात, कोणत्याही बाह्य बदलाशिवायचे तुम्ही - तो आहे तुमचा खरा 'स्व'. आपल्यापैकी कोणीही कायमच असाच राहणार असतो.

तुमच्या नियंत्रणापलीकडे बरंच काही आहे हे एकदा का तुम्ही तुमच्यापुरतं स्वीकारलं की मग तुम्ही परिणामांसह जगू शकता. तुमचा खरा 'स्व' काय आहे, हे जाणून तुम्ही त्याला सामोरं जाल. बदल न झालेला तुमचा 'स्व'. त्याच्या क्षमता तुम्हाला समजतील. ज्यांवर तुमचं

नियंत्रण नाही, त्या गोष्टींत तुम्ही मग अडकून पडणार नाही. सकारात्मक दृष्टिकोनातून ज्या गोष्टी तुम्हाला करता येतील, त्यांच्याशी दोन हात करण्याची क्षमता तुमच्यात येईल.

मी इथे तब्येतीचं उदाहरण दिलं. पण अर्थात, प्रत्येक प्रसगांमध्ये, घटनेत अनेक गोष्टी अशा असतात ज्या आपल्या हातात नसतात.

या गोष्टींवर लक्ष केंद्रित करण्यापेक्षा, ज्या गोष्टींवर तुमचं नियंत्रण आहे त्यावर लक्ष द्या.

६

डोळ्यांवरचे रंगीत चश्मे काढा

यामुळे वैयक्तिक नातेसंबंधांतल्या तुमच्या नव्वद टक्के काळज्या संपुष्टात येतील

आपले वैयक्तिक नातेसंबंध पूर्णतः गुंतागुंतीचे, गोंधळात पाडणारे असू शकतात.

आपल्या मनात असलेल्या काळज्या, चिंता आणि भीती यांचं सावट आपल्या नातेसंबंधांवरही पडतं, असं म्हटलं तर ते चुकीचं नसेल. कामाचं ठिकाण, शाळा, मित्रमैत्रिणी, चुलत-मामेभावंडं, नातेवाईक - आपल्या नातेसंबंधांचे अनेक स्तर असतात, त्यांच्या विविध पातळ्या असतात. आणि कधीकधी ते गुंतागुंतीचे होतात आणि त्यामुळे काळजी, चिंता आणि भीती उत्पन्न होऊन मन काळवंडतं.

''माझा बॉस आणि माझं काही केल्या जमतच नाही. काय करावं समजेना. मी कितीही प्रयत्न केला, तरी माझं काम धड होतंच नाही.''

''मी समजून घ्यायचा खूप प्रयत्न करतो, पण माझा मित्र तेवढा विश्वासू नाही.''

''माझ्या शेजारी राहणाऱ्या बाई, अशा वागतात जणू त्यांना मला टाळायचंच असतं सारखं.''

नकारात्मक विचारांनी एकदा का मनाला कह्यात घेतलं की, त्यांवर मात करणं, ते काढून काढणं फार कठीण होतं. हा मानवी स्वभाव आहे. खरं तर, कमी-अधिक प्रमाणात ही वृत्ती अधिक तीव्र होत जाते असंही आपण म्हणू शकतो.

तुम्हाला पाण्यात पाहणारा तुमचा बॉस, विश्वासू नसलेल्या मित्राच्या प्रत्येक गोष्टीबाबत तुमच्या मनात निर्माण होणाऱ्या शंका, तुम्हाला टाळणारी शेजारची बाई... हे सारं तुमच्या मनात राहतं. जेव्हा तुम्ही अशा गोष्टी पुन्हा पुन्हा करता, तेव्हा तुम्ही वाईट बदल प्रत्यक्षात आणता.

पण या सगळ्याला झालेल्या सुरुवातीचा माग काढत जेव्हा तुम्ही मागे जाता, तेव्हा त्याचं मूळ बरेचदा क्षुल्लक काहीतरी होतं हे लक्षात येतं. एखाद्या मीटिंगमध्ये तुमचा तुमच्या बॉसशी बारीकसा वाद झालेला असतो, तुमचा मित्र अनवधानाने तुमच्या सोबत ठरवलेला प्लॅन विसरून गेलेला असतो आणि कधीतरी तुम्ही तुमच्या शेजारणीने केलेल्या 'हाय-हॅलो'ला काहीच उत्तर दिलेलं नसतं...

या सगळ्या फार क्षुल्लक गोष्टी असतात. प्रत्येक उदाहरणामध्ये दुसऱ्या व्यक्तीच्या एकाच बाजूचा विचार केला जातो.

यालाच मी 'रंगीत चश्मे घालणं' असं म्हणतो. म्हणजे पूर्वग्रहदूषित दृष्टी. कदाचित हे चश्मे तितके महत्त्वाचे वाटणार नाहीतही, पण त्यांनी मनाच्या आत खोलात एकदा का मूळ धरलं तर त्यामुळे बऱ्याच समस्या उद्भवतात.

उदाहरणार्थ, तुम्ही असा अनुभव घेतला आहे का? तुम्ही नव्या कामासाठी एखाद्या व्यक्तीला भेटणार असता. तेव्हा तुम्हाला तिच्याबद्दल कुणाकडूनतरी थोडीशी माहिती मिळते.

“अच्छा, हो – जरा कडक वृत्तीचा माणूस आहे बरं का तो. उद्या भेटणार आहेस का तू? सांभाळून. पण तुझं काम होईलही, असं काही नाही.”

असं घडायला नको. नव्या सहकाऱ्याकडे ‘कडक वृत्तीचा’ या दृष्टीने पाहिलं गेलं. त्यामुळे तुमची मीटिंग कशी होईल याची सहज कल्पना करता येते. नव्या माणसाला भेटताना वाटणारी अस्वस्थता किंवा स्वसंरक्षणाची काळजी या सगळ्यांचा जरी विचार केला, तर तो खरा कितीही जुळवून घेणारा, समजूतदार असला, तरी त्याचा खरा स्वभाव तुम्हाला समजून घेता येणं हे जवळपास अशक्य असतं. तुम्ही तुमच्या पूर्वग्रहांच्या कक्षेतच रेंगाळत राहिल्याने, तुम्ही त्याच्याशी त्यानुसारच वागता-बोलता. त्यामुळे कदाचित त्याला दुखावण्याचीही शक्यता निर्माण होते.

झेनमध्ये आम्ही नेहमी म्हणतो, “रंगीत चश्मे घालू नका.”

पूर्वग्रहांच्या आधारे लोकांना पाहणं, त्यानुसार त्यांच्या कृतींचा अर्थ लावणं हे धिक्कार करण्यासारखं आहे.

जर तुम्ही माहितीच्या एवढ्याशा तुकड्यावरून किंवा एखाद्या नकारात्मक कल्पनेवरून किंवा एक बाजू पाहून तुमच्या मनात निर्माण झालेल्या भावनांच्या आधारे एखाद्या व्यक्तीचं मूल्यमापन करणार असाल, तर तुम्ही नक्कीच त्याच्याबद्दल चुकीचे आडाखे बांधता.

पहिल्यांदा तुमचे रंगीत चश्मे काढा.

त्यानंतर, ही झेन शिकवण तुमच्या मनात कोरून काढा –

‘सगळ्या सजीवांमध्ये बुद्ध वास करतो.’

म्हणजे बुद्धाप्रमाणे आपल्या प्रत्येकामध्ये मनाचं जन्मजात पावित्र्य आणि परिपूर्णता असण्याची क्षमता असते.

‘मी जे काही पाहतो, ती फक्त त्याची किंवा तिची एकच बाजू आहे. पुढच्या वेळी मी त्याच्यातलं ‘बुद्धतत्त्व’ शोधीन.’

झेन आपल्याला शिकवतं की, आपल्या सगळ्यांमध्ये बुद्धतत्त्व (दयाळूपणा आणि समजूतदारपणा, दिलदारपणा आणि मोठेपणा...) असतं यावर विश्वास ठेवा. आणि जर आपण ते प्रत्येकामध्ये शोधायचा प्रयत्न केला, तर आपल्याला ते आपल्याही मनात प्रतिध्वनित होताना दिसतं.

जेव्हा तुम्ही डोळ्यांवरचे रंगीत चश्मे काढता आणि उघड्या डोळ्यांनी पाहता, तेव्हा तुम्ही इतरांमध्ये क्षणाक्षणाला दिसणाऱ्या बुद्धतत्त्वाच्या झलका पाहता. तुम्ही त्या नजरेआड करत नाही.

एकदा का तुम्हाला लोकांच्या विविध बाजू, वेगवेगळे चेहरे दिसू लागले, की मग तुम्हाला ज्याच्याशी तुमचं जमत नव्हतं तो बॉस तुमच्या बाजूने बोलतो आहे असं दिसेल. मग तो कडक, कठोर वृत्तीचा असला तरी. तुमची अविश्वासू मैत्रीण जरा अव्यवस्थित असली, तरी सहज जगणारी आणि प्रेमळ आहे हे तुम्हाला कळेल, आणि तुम्हाला टाळणारी तुमची शेजारीण जरा लाजाळू आहे, पण ती मनाने फार चांगली, साधी आणि निगर्वी आहे हे समजेल.

या सगळ्या नकारात्मक भावनांमागे किंवा मतांमागे खरं तर इतर कुणी नसून तुम्हीच असता हे तुम्हाला लक्षात येईल, अशी मी आशा करतो. कारण तुम्ही रंगीत चश्मे डोळ्यांवर चढवलेले असतात. एकदा का तुम्ही ते काढले, तर तुमची नजर, दृष्टिकोन लक्षणीयरीत्या बदलतो.

तुमच्यानुसार इतरांमधलं बुद्धतत्त्व सातत्याने वाढत जाईल. एकदा तुम्हाला ते दिसलं, स्पष्ट झालं की, मग तुमची चिडचिड आणि राग, तसंच तुमच्या नातेसंबंधांत रुजलेली चिंता, काळजी आणि भीती – सगळं काही तुमच्याही न कळत गायब होईल.

७

उदार व्हा

तुमचं पद किंवा प्रतिष्ठा काहीही असो,
इतरांचं मत तत्काळ मान्य करा

आपण गोष्टी जितक्या जास्त घट्ट धरून ठेवू, तितकी जास्त अनावश्यक भीती वाढते.

उदाहरणार्थ, कामाच्या ठिकाणी प्रत्येकाला पद असतं किंवा समाजात प्रत्येकाची विशिष्ट अशी जागा असते, प्रतिष्ठा असते. त्यानुसार आपण आयुष्य जगणं प्रत्येकाला महत्त्वाचं वाटतं. पण आपण त्याला चिकटून राहिलं तर ते फार अडचणीचं ठरू शकतं.

उदाहरणार्थ, ऑफिसमध्ये कुणीतरी व्यवस्थापक किंवा उपाध्यक्ष पदावर आलं आहे. आणि आता ते केवळ आपलं पद राखण्यातच गुंतले आहेत, त्याकडेच जास्त लक्ष देत आहेत. ते असं वागताहेत, जणूकाही बऱ्याच काळापासून त्यांचा त्यावर डोळा होता. आता त्यांना ते पद मिळालं आहे, आणि ते पद कधीच सोडणार नाहीत, मग काहीही होवो. इकडचं जग तिकडे झालं तरी ते तिथे चिकटून राहतील.

संस्था किंवा संघटनेच्या दृष्टीने हे वागणं अडचणी निर्माण करू शकतं, हे वेगळ्याने सांगायची गरज नाही. त्या माणसाच्या सहकाऱ्यांच्या प्रशिक्षणावर आणि विकासावर याचा वाईट परिणाम होतो, ज्यामुळे पुढे संस्थेतला मोकळेपणा, खुलेपणा कमी होऊ शकतो.

आपल्या पदाला किंवा स्थानाला खूप जास्त प्रमाणात जोडला गेलेला बॉस त्याच्या हाताखाली काम करणाऱ्या इतर लोकांना आवडत नाही. जरी त्यांना ते थेट लक्षात आलं नाही, तरी.

याबद्दल काही झेनगो नसली, तरी कन्फ्यूशिअनिझमच्या पाच अभिजात पुस्तकांपैकी एकात, 'बुक ऑफ डॉक्युमेंट्स'मध्ये असं म्हटलं आहे : ''गर्वामुळे अपयश पदरी पडतं आणि बक्षीस मिळतं ते अपमानाचं.''

दुसऱ्या शब्दांत सांगायचं तर, उद्धट आणि स्वतःला अतोनात महत्त्व देणाऱ्या व्यक्तीला तोटा होतो, तर नम्र व्यक्तीला फायदे मिळत जातात.

आणि सगळ्यात महत्त्वाचं म्हणजे, जेव्हा योग्य वेळ येते, तेव्हा उदार, मोठ्या मनाने आपलं पद दुसऱ्याला देणं अत्यंत महत्त्वाचं असतं. आपलं पद किंवा स्थान घट्ट पकडून ठेवण्यात काही अर्थ नसतो.

अर्थात, अनेक कंपन्यांमध्ये बॉस निवृत्त झाल्यावर त्याच्या जागी त्याचा कोणता सहकारी येणार, याचा निर्णय बॉस घेत नाही. पण ग्राहकांशी अंतिम बोलणी करण्याची जबाबदारी आपल्या सहकाऱ्यांवर सोपवणं, समितीचा अध्यक्ष म्हणून दुसऱ्यावर विश्वास टाकून जबाबदारी सोपवणं, वेगवेगळ्या सहकाऱ्यांना सकाळी आल्यावर ब्रीफिंग करण्याची संधी उपलब्ध करून देणं... यांसारख्या बऱ्याच बाबींमधून बरंच काही करता येऊ शकतं. आपल्या सहकाऱ्यावर जबाबदारी सोपवणं याचा अर्थ असा होत नाही की, त्याने तुमची जागा घेतली.

आणि असं बघा ना की, तुम्ही त्या पदावर राहून कित्येक वर्षांचा अनुभव गाठीशी बांधलेला असतो. महत्त्वाचा असतो तो तुमचा अनुभव.

तो तुम्हाला अधिकचा फायदा देतो - तुम्ही मौलिक मार्गदर्शन करू शकता. तसंच पूर्णतः वेगळा असा दृष्टिकोन देऊ शकता.

जेव्हा तुमचे सहकारी तुम्हाला उत्तर देण्यास बांधील नसतील किंवा त्यांना तुम्ही नव्या प्रकल्पांची जबाबदारी दिली की, त्यातल्या काहींना हरवल्यासारखं वाटेल, ते कदाचित काळजीत पडतील किंवा काहींना बदल स्वीकारायला थोडा वेळ लागेल. पण या काळात, त्यांना अनुभवी माणसाकडून मिळणारं मार्गदर्शन जास्त महत्त्वाचं असेल. त्यासाठी ते तुमचे आभारी असतील. महत्त्वाचं म्हणजे त्यामुळेच त्यांच्यात कार्यक्षमतेचा, सामर्थ्याचा विकास होईल आणि त्यांना त्यांची क्षमता लक्षात येईल.

सगळे जण ज्याचा तिरस्कार करतात अशा बॉसच्या विरुद्ध बॉस म्हणजे जो विश्वसनीय असतो आणि दिलासादायी असतो. आणि अर्थात, त्याचा फायदा कंपनीलाही होतो. तो कंपनीचा विकास करतो हे सांगायला नकोच.

आपलं पद किंवा स्थान टिकवलं पाहिजे, त्याचं रक्षण केलं पाहिजे असं तुम्हाला जितकं जास्त वाटतं, तितकं जास्त तुम्ही अनावश्यक चिंतांची बीजं मनात रोवता आणि परिणामी, तुम्हाला मनःशांती मिळणंही कठीण होऊन बसतं.

तुम्ही जर इतरांना जबाबदाऱ्या सहजी देऊ शकलात, तुमचं पद धरून बसला नाहीत, तर चिंतेची ही बोचरी, टोचरी बीजं आपोआपच गळून जातील आणि तुम्हाला विशाल, व्यापक दृष्टी लाभेल, तसंच दिलदार, खुलं मनदेखील, हे नक्की.

इथे कवितेच्या काही ओळी उद्धृत करतो. होसोकावा ग्रेशियाच्या मृत्यूबद्दलची कविता आहे. तिच्या कुटुंबाच्या सामुराई रक्षकाने तिला बंदी न करता, ठार मारलं होतं.

'या जगामध्ये, कोणत्या योग्य क्षणी गळून पडायचं हे फुलांना माहीत असतं,
त्यामुळे ती सर्वोत्तम होतात.'
आपल्यालाही हे तितकंच लागू आहे.

केव्हा पायउतार व्हायचं आणि गोष्टी इतरांच्या हाती कधी सोपवायच्या हे माहीत असणाऱ्या मनुष्याला पाहणं हा खरंच ताजंतवानं करणारा अनुभव असतो, नाही का?

८

मर्यादा ओळखा

आपल्या क्षमतांच्या मर्यादेतच आपण काम करू शकतो

'मर्यादा' असं म्हटल्याबरोबर तुमच्या मनात काय येतं? कोणत्या भावना उत्पन्न होतात?

बरेचदा त्या नकारात्मक असतात.

पण याकडे जरा सकारात्मक पद्धतीने पाहू या. उदाहरणार्थ, एखादं काम करताना, तुमच्या क्षमता काय आहेत हे माहीत असणं निकडीचं असतं. पण आश्चर्याची गोष्ट म्हणजे बऱ्याच जणांना त्या माहीत नसतात. जेव्हा एखाद्या ठिकाणी जॉब-ऑफर येते, तेव्हा तेव्हा ते ती ऑफर स्वीकारायला अधीर असतात. पण ते पद त्यांच्या दृष्टीने योग्य आहे की नाही, याचा विचार ते करत नाहीत. पण लोक त्यांच्या क्षमतांच्या मर्यादेतच काम करू शकत असल्याने, जर जॉबमधल्या कामाच्या गरजा या त्यांच्या क्षमतांपलीकडच्या असतील, तर मग सांगितलं गेलेलं काम ते करू शकत नाहीत. आणि त्यामुळे ते हवे ते परिणाम साध्य करू शकत नाही. ज्यामुळे इतरांना मोठा त्रास होतो.

ज्या गोष्टी आपण करण्यास अमसमर्थ असतो, त्या गोष्टी करताना बरेचदा असं घडतं की, आपण स्वतःवर चिडतो, रागावतो, आपला धीर खचतो, संयम संपतो, चिडचिड होते. आपण उदास, निराश होतो आणि आपण दयनीय अवस्थेत जातो. यामुळे आपल्यावर प्रचंड मोठं आध्यात्मिक ओझं येतं.

या सापळ्यामध्ये न अडकण्यासाठी सर्वांत महत्त्वाचं म्हणजे आपल्या मर्यादा जाणणं आणि त्यांचा कस कधी लागेल, हे समजून घेणं.

मी काय म्हणतोय हे समजलं का तुम्हाला? तुम्ही तुमच्या मर्यादा लक्षात घेणं, याचा अर्थ असा की, तुमच्याकडे असलेल्या क्षमता लक्षात घ्या, असं मी म्हणतो आहे. याचा अर्थ असा की, त्या तुम्हाला कुठपर्यंत नेतील याचं आकलन असणं.

ज्यांना आपल्या मर्यादांची जाणीव असते, ते लोक काही इतरांपेक्षा कमी नसतात, तर ते त्यांचं काम नीट करतील अशी आपण अपेक्षा करू शकतो. हा प्रश्न विश्वासार्हतेचा आहे. कळून सवरून असेल किंवा न कळत, पण हे लोक स्वतः बढाया मारत नाहीत, आपली टिमकी वाजवत नाहीत आणि त्यांच्या आजूबाजूला असणारे लोक त्यांच्यावर योग्य प्रकारे विश्वास ठेवतात.

ते त्यांच्या मर्यादांच्या विरोधात जाणं टाळतात. परिणामी, त्यांना अनावश्यक असा मानसिक ताण आणि न्यूनगंड येत नाही. ते आपला शांत दृष्टिकोन तसाच ठेवू शकतात.

जेव्हा तुम्ही अशा प्रकारे विचार करता, तेव्हा आपल्या मर्यादा जाणणं म्हणजे समतोल साधण्याचा महत्त्वाचा मार्ग आहे हे लक्षात येतं.

असं असलं तरी आणखी एक बाब लक्षात आणून द्यायला मला आवडेल.

आणि ती म्हणजे तुमच्या मर्यादांना तुम्ही ज्या प्रकारे तोंड देता ती पद्धत.

"माझ्या क्षमतांच्या पल्याड जाऊन स्वतःला आव्हान देणं माझ्यासाठी चांगलं नाहीये का?"

याकडे पाहण्याचा हा एक दृष्टिकोन असू शकतो, पण याहून चांगला मार्ग आहे, जो तुम्हाला अधिक मुक्तता, स्वातंत्र्य बहाल करतो. मी म्हणतो आहे ते म्हणजे तुमच्यातलं सामर्थ्य ओळखा.

उदाहरणार्थ, समजा तुम्हाला समजलं की, तुमची क्षमता १० पातळीवरची आहे, पण तुम्हाला मिळत असलेल्या जॉबसाठी १२ पातळीवरची क्षमता असलेला माणूस गरजेचा आहे, तर काय?

तुमच्या क्षमतांच्या पलीकडचं काम आहे, असं गृहीत धरून तुम्ही तत्काळ तो जॉब नाकाराल का?

कारण त्या वेळेस, तुमच्या क्षमता आणि जॉबसाठी आवश्यक असलेल्या क्षमता यांच्यामध्ये अंतर आहे. आणि त्यामुळे तुमच्या आत्ताच्या पातळीचा विचार केल्यास, तो जॉब तुम्हाला कठीण जाऊ शकतो. पण तुमची आव्हान स्वीकारण्याची इच्छा असेल आणि तुम्ही त्यासाठी कष्ट उपसणार असाल, तर तुम्ही हे अंतर भरूनही काढू शकता. आणि ही पातळी गाठणं, अंतर भरून काढण्याचा प्रयत्न करणं अगदी योग्य आहे, असं मला वाटतं.

जर समजा, दुसऱ्या ठिकाणी जॉबसाठी १५ किंवा १८ पातळी आवश्यक असेल, तर मग तुमच्या १० पातळीचा विचार करता हे अंतर खूप जास्त आहे. त्यामुळे एवढं अंतर भरून काढणं जवळपास अशक्य आहे.

पण जर १० वरून १२ पातळीवर जाण्यासाठी स्वतःला पुढे नेण्याचं आव्हान असेल, तर मात्र स्वतःच्या मर्यादांपलीकडे स्वतःला नेण्यात बरंच मूल्य दडलेलं आहे. म्हणजे मला तरी असं वाटतं, पण तुम्ही काय विचार करता?

एकदा तुम्ही पुढची पातळी गाठली की, तुम्हाला आत्मविश्वास प्राप्त होतो. आणि अर्थातच तुमच्या क्षमताही वाढीस लागतात. साहजिकच, आता गाठायचा पुढचा टप्पाही अधिक उंचावर असेल. पण पुढच्या वेळी तुम्ही त्याला सामोरं जाल आणि स्वतःला आव्हान देत राहाल.

आपण आपल्या मर्यादा लक्षात घेणं महत्त्वाचं असतं ते यासाठी.

पण त्याबरोबरच तितकंच महत्त्वाचं असतं ते पुढचा टप्पा नजरेसमोर ठेवून त्यावर लक्ष ठेवणं.

तुम्ही माझे हे शब्द मनावर घ्याल अशी आशा करतो.

विभाग दुसरा

इथे आणि आत्ता ज्या गोष्टी प्राप्त करता येतील, त्यांवरच एकाग्रचित्त व्हा.

असं केल्याने, तुम्ही अनावश्यक गोष्टींचा विचार करणं थांबवाल.

९

जे उघड आहे त्याचा पुनर्विचार करा

तुम्हाला लक्षात येईल की, आनंद
हा चालू क्षणांमध्ये सापडतो

'आयुष्यातल्या उघड गोष्टींकडे दुर्लक्ष करण्याकडे आपला बरेचदा कल असतो. त्यामुळे त्यांच्या ऋणात आपण राहत नाही.'

माझ्या व्याख्यानांमध्ये मी नेहमी याबद्दल बोलतो, पण याचं सर्वांत उत्तम उदाहरण म्हणजे आपल्या पालकांच्या असण्याला आपण ज्या प्रकारे गृहीत धरतो, ते होय.

आपले पालक आपल्यासाठी कायम असतात, ते आपल्या मुलांप्रति समर्पित असतात, ते त्यांचं संरक्षण करतात आणि त्यांच्या मुलांना मदत करण्यासाठी ते कधी उघडपणे समोर येतात तर कधी गुपचूप...

आपल्या पालकांचा मृत्यू झाल्यावर, बरेचदा आपल्याला त्यांचा महत्त्व कळतं. ते आपल्या पाठीशी 'होते' यामुळे आपण किती भाग्यवान होतो, याचा अंदाज आपल्याला येतो.

''माझी आई वारल्यानंतर मला फार दुःख झालं. आमच्या मूळ गावाहून ती मला नेहमी माझ्या आवडीचे पदार्थ करून पाठवायची, ते मला सारखं आठवतं.''

''आपल्या नातेवाइकांना सांभाळणं किती अवघड असतं, याची मला कल्पनाच नव्हती. माझे वडील नातेवाइकांचं सगळं काही पाहायचे, त्यांना सांभाळायचे. आणि मला कधी समजलंच नाही की, त्यांच्यावर याचं किती ओझं असेल ते.''

मूर्त किंवा अमूर्त, अशा किंवा तशा – कोणत्याही प्रकारे, आपण आपल्या पालकांवर किती अवलंबून असतो हे आपल्याला समजत नाही. ते आपल्यासाठी जे जे काही करतात, ते आपण गृहीत धरून चालतो. आपण आपल्या पालकांचं मोल जाणत नाही. आणि आपण बरेचदा ते मान्यही करत नाही.

सोट्टो झेन मंदिरातील भिक्खूसंघ प्रमुख, एकिहो मियाझाकी सांगतात, ''प्रत्येक गोष्ट करण्याची योग्य पद्धत असते, त्यासाठी योग्य वेळ आणि योग्य ठिकाण असतं.''

मियाझाकी शंभर वर्षांचे झाल्यावरही त्यांनी तरुण भिक्खूंप्रमाणेच विरक्त भावाने सगळं काही करण्याची पद्धत चालू ठेवली.

मला माहितेय की, त्यांचे शब्द नेहमीचे, घिसेपिटे वाटू शकतात.

पण मला असं वाटतं, ते आपल्याला असं सांगताहेत की, उघड, स्पष्ट असलेली स्थिती समजून घेणं हीच मुळात झेन प्रबुद्धावस्था आहे.

आपल्या आजूबाजूला असलेल्या ज्यांना ज्यांना आपण गृहीत धरतो, त्यांचा पुनर्विचार करण्यासाठी आपण थोडा वेळ दिला तर काय होईल? सकाळी आपण उठतो, कामाला जायला निघतो, तेव्हा आपल्यासाठी नाश्ता तयार असतो. कामाच्या ठिकाणी आपलं टेबल नीट लावलेलं असतं. जेव्हा वाईट किंवा चांगलं- काहीही घडतं, तेव्हा आपल्या एका शब्दावर मित्र आपल्याला भेटतात. आपल्या झोपलेल्या मुलांच्या चेहऱ्यांकडे पाहून आपण सांगू शकतो की, ते नीट मोठे होताहेत...

या ‘उघड, घिशापिट्या’ गोष्टी या आत्ता, इथे असतात. त्या आपल्याला किती आधार देतात, पालनपोषण करतात किंवा दिलासा देतात, उत्साहित करतात आणि प्रेरित करतात?

एकदा याकडे नीट पाहा, असं मी तुम्हाला सांगेन. असं केल्यास, तुम्हाला तुमच्यात झालेला मोठा आध्यात्मिक बदल अनुभवायला मिळेल. तुमच्या कुटुंबीयांबद्दल होणारी चिडचिड, निष्काळजीपणे केलेलं काम, मित्र हवं तेव्हा नसणं... या सगळ्या बाबी गायब होतील. आत्ताच्या, या क्षणी, इथे तुम्हाला समाधान प्राप्त होईल. मन भरून येईल.

गृहीत धरलेल्या प्रत्येक गोष्टीकडे पाहायला सुरुवात केली, त्याची निगराणी केलीत की तुम्ही प्रत्येक गोष्टीच्या ऋणात राहाल... अगदी कंटाळवाण्या, चीड आणणाऱ्या आणि उदास करणाऱ्या गोष्टींबाबतही. हा दृष्टिकोन ठेवल्यामुळे, तुम्ही कायम ऋणात राहण्याची भावना जागृत ठेवू शकाल आणि याचा तुमच्या आयुष्यावर मोठा आणि चांगला परिणाम होईल.

१०

घाई करू नका, घाबरून जाऊ नका

दिवसातून एकदा, नेटाने शांत, स्थिर उभं राहा

''आयुष्यभर मी ध्येयं गाठण्यासाठी पळत राहिलो.''

जेव्हा तुम्ही यशस्वी लोकांची अशी काही वाक्यं ऐकता, तेव्हा अर्थातच सहज प्रभावित होता. त्यांची तुमच्या मनावर छाप पडते. आणि त्याच वेळी तुम्ही विचार करता, ''अं... माझं आयुष्य थांबल्यागत स्थिर झालं आहे की काय? मी आळशीपणा झटकून कामाला लागलं पाहिजे.''

अर्थातच, काही लोक सारखे धावत असतात, अथकपणे, एकदाही न थांबता. त्यांची आयुष्यं समाधानी, छान आणि चमकदार दिसतात.

पण प्रत्येक जण असं करण्यास समर्थ असतोच असं नाही.

जिन्याचं उदाहरण घ्या. काही जण भराभरा एका वेळी दोन-दोन पायऱ्या चढून वर जातात. तर काही जण एकामागोमाग एक पायऱ्या चढून वर पोहोचतात. प्रत्येक पायरीपाशी ते थांबतात. मग नव्या ताकदीनिशी पुन्हा जोमाने पुढे जातात. एकाच वेळी झपझप चढून जाण्यापेक्षा, या वेगळ्या पद्धतीचे काही फायदे आहेत.

झेनमध्येही असं असतं. आम्ही म्हणतो, ''सात वेळा धावताना, एकदा तुम्ही बसायला हवं.''

आयुष्यात धावत सुटणं यात काहीच वाईट नाही, पण झेन विचारांनुसार स्थिर राहणंही काही वाईट नाही. उलट, झेन शिकवणीत स्थिरत्वाला फार फार महत्त्व आहे.

स्थिरत्वामुळे तुम्हाला तुमचं प्रतिबिंब दिसतं, तुम्ही काय करता आहात, याचा अभ्यास करता येतो. अर्थात, यावर काही जण असं म्हणू शकतात, ''मला स्वतःला पाहायची काही गरज नाही. माझं आयुष्य कसं पुढे न्यायचं याबद्दल माझ्या मनात काही शंका नाहीत.'' बरं- ठीकच आहे हे, पण दर वेळी असं असेलच असं नाही.

इतरांना प्रश्न पडू शकतो, ''मी थांबलो, तर पुन्हा सुरुवात करणं कठीण होऊन बसेल का?'' पण यात भिण्यासारखं काही नाही. फक्त स्थिर राहण्याचा प्रयत्न करा आणि स्वतःला पाहा.

जेव्हा तुम्ही अडखळता किंवा अपयशी होता तेव्हा थोडं थांबणं अधिक फायद्याचं ठरतं, असं मला वाटतं. अडखळण्यामागे आणि अपयशांमागे नेहमीच काही कारणं असतात. आणि ती कारणं कोणती हे ओळखणं फार महत्त्वाचं असतं. जेव्हा तुम्हाला अपयशाचा अनुभव येतो तेव्हा थाबणं ही एक संधी असते. त्यामुळे तुम्ही का अपयशी झालात, हे शोधता येतं, त्याचं विश्लेषण करता येतं.

अपयशामागचं कारण न शोधता तुम्ही पुढे जात राहिलात, तर तुम्ही अडथळे, अडचणी आणि अपयश मागे सोडून देता. आणि कधीतरी त्यांचा एकत्रित परिणाम होतो. भविष्यात कधीतरी, तुम्ही मागे सोडून दिलेल्या गोष्टींची तुम्हाला आठवण होते, आणि तुम्हाला त्या शोधण्यासाठी पुन्हा मागे जावं लागतं. दुसऱ्या शब्दांत सांगायचं, तर तुम्ही पुन्हा त्याच त्या चुका करत राहता.

'पॅनासॉनिक' कंपनीचे संस्थापक कोनोसुके मात्सुशिता एकदा म्हणाले होते, ''आपल्या अपयशाची कारणं प्रामाणिकपणे मान्य करणारी, खुल्या मनाची मंडळी म्हणतात, 'बरं झालं, समजलं. चांगला अनुभव ठरला हा माझ्यासाठी. यातून मला मौलिक धडा मिळाला.' ही मंडळी नेहमी पुढे जातील आणि स्वतःत सुधारणा करतील.''

अडथळे आणि अपयश यांना सकारात्मक अनुभवांमध्ये परावर्तित करून त्यामधून धडा घेण्यासाठी, त्यांमागची कारणं प्रकाशात आणणं आवश्यक असतं. काही गोष्टी या आत्ता आणि इथेच करणं गरजेचं असतं. आणि त्यासाठी थांबणं फार महत्त्वाचं असतं. मोठमोठ्या औद्योगिक संस्थादेखील नम्रपणे हे मान्य करतात.

जेव्हा तुम्ही अडखळता किंवा अपयशी होता, तेव्हा अर्थातच थांबून, स्वतःच्या गतीने विचार करणं हे योग्य असतं. 'हे बरोबर चाललं आहे ना?'

अभिजात चिनी ग्रंथांमधून 'थांबण्याच्या कलेचा सराव करा' अशी संकल्पना मांडण्यात आली आहे. त्यानुसार दिवसातून एकदा तरी थांबून स्वतःकडे पाहणं, विचार करणं आवश्यक आहे असं म्हटलं आहे.

आपण एकाच ठिकाणी उभे असताना, आपले मित्र आणि सहकारी आपल्याहून पुढे निघून गेल्याचं पाहणं धीर खचवणारं असू शकतं. पण झेन आणि चिनी अभिजात तत्त्वज्ञान तुम्हाला सांगतात, ''सगळं काही चांगलं होईल. काळजी करू नका. आपण आपल्या चिंता, काळज्यांनाही थांबवू शकतो. आयुष्यात आपल्याला कुठे जायचं आहे, याचाच केवळ विचार नका करू.'' मी विनंती करतो की, या सगळ्याच गोष्टींचा विचार करण्यासाठी थोडा वेळ काढा. त्यासाठी थांबा.

११

सकारात्मक प्रतिसाद द्या

निराश वाटणं साहजिक आहे,
पण लवकर पुन्हा उभे राहा.

आयुष्य कधीही एकसुरी, एकरेषीय नसतं. प्रत्येक आयुष्यामध्ये चढ-उतार हे असतातच.

''कामाच्या ठिकाणी, नात्यांमध्ये किंवा माझ्या तब्येतीच्या बाबतीत, जेव्हा मला नको असलेलं घडतं तेव्हा मी निराश होतो आणि मला उदास वाटतं. मनात मळभ साचतं.''

हे आयुष्यातले उतार असतात. पण जेव्हा आपण चढावर, वरच्या दिशेने शिखराकडे जातो, तेव्हा आपण बहुधा आपल्या क्षमतांना जादा लेखतो किंवा आपल्याहून खाली असणाऱ्यांकडे उद्धटपणे, कुत्सिततेने पाहतो.

बौद्ध तत्त्वज्ञानात, आम्ही याला अति आत्मविश्वास - 'झोजोमन' असं म्हणतो. आपण आपली परिपूर्ण नसलेली स्थिती विसरून गर्विष्ठ मनःस्थितीत जातो. जणूकाही आपल्याला आत्मज्ञान, प्रबुद्धावस्था प्राप्त झाली असावी. यामुळे दुष्टचक्र निर्माण होतं.

अर्थातच, आपण सारे मानवप्राणी आहोत. त्यामुळे आपल्या आयुष्यात घडणाऱ्या घटना-प्रसंगांमध्ये किंवा त्यामुळे घडणाऱ्या परिणामांमुळे आपण आपलं मन कायमच शांत आणि स्थिर ठेवू शकत नाही. तेवढी क्षमता आपल्यात असतेच असं नाही.

विख्यात दाई-योकोझुना सूमो पैलवान फ्यूताबायामा सलग एकोणसत्तर वेळा सामने जिंकला. त्याचा हा रेकॉर्ड आहे. पण सत्तराव्या सामन्यामध्ये विजयाच्या पाठलाग करताना तो हरला. त्यानंतर त्याने आपल्या शिक्षकांना तार केली. ज्यात त्याने म्हटलं होतं : ''अजूनही मला लढणारा कोंबडा होता आलेलं नाही.''

त्याच्या या म्हणण्याला चिनी महर्षी झुआंग झी यांच्या एका कथेचा संदर्भ आहे. एका कोंबड्याला झुंजीसाठी प्रशिक्षित करण्याची ही कथा. त्यानुसार झुंजीत इतर कोंबड्यांना हरवण्यासाठी एका कोंबड्याला प्रशिक्षण दिलं जातं. एकदा तो कोंबडा आत्मजागृतीच्या एका अशा पातळीला पोहोचतो की, तो हवं तेव्हा हल्ला करायला तयार असे, पण एरवी जणूकाही लाकडात कोरलेलं शिल्प असावा, अशा प्रकारे न हलता उभा राही. लवकरच तो अजिंक्य होतो. सत्तराव्या सामन्यामध्ये धारातीर्थी झालेल्या फ्यूताबायामाने वरील संदेश आपल्या शिक्षकांना पाठवून हे सूचित केलं की, तो अजूनही त्या पातळीला पोहोचलेला नाही.

मत्सर वाटावा असं कौशल्य, स्वभावधर्म आणि शारीरिक स्थिती असलेल्या फ्यूताबायामाचं मन मात्र अजूनही भरकटत होतं आणि लढाऊ कोंबड्याची स्थिती प्राप्त करणं हे अत्यंत कठीण आहे, हे त्यातून सिद्ध झालं.

जेव्हा वाईट गोष्टी होतात किंवा आपण कठीण परिस्थितीमध्ये असतो, तेव्हा उदास, निराश वाटणं ठीक आहे. त्यात गैर काही नाही. पण मग तुम्ही तुमच्या नकारात्मक मनःस्थितीला सकारात्मक स्थितीत बदला. झेन विचारपद्धती अशी आहे.

एका झेन भिक्खूची एक गोष्ट.

विरक्त व्हायच्या प्रशिक्षणाचा एक भाग असतो भिक्खूंनी प्रवास करणं. असंच एकदा एक झेन भिक्खू एका जीर्ण खोपट्यात रात्री थांबला. छताला पडलेल्या भोकातून झाडांचा पालापाचोळा आत पडत होता, एवढं ते खोपटं जुनंपानं होतं. थंडीपासून संरक्षण करण्यासाठी भिक्खूने खोपट्याच्या जमिनीवरची लाकडं जाळून ऊब मिळवली. थोडक्यात काय, तर परिस्थिती निराशाजनक होती.

पण जेव्हा त्याने वरती पाहिलं, तेव्हा त्याला छताच्या भोकांमधून चंद्राचं चादणं आत येताना दिसलं. आपण त्या पांढऱ्या चांदण्याने न्हाऊन गेलो आहोत, हे त्याला समजलं.

त्या भिक्खूला आकळलं की, हा किती विलक्षण अनुभव आहे. त्याच्या मनातल्या निराशाजनक विचारांची जागा आता आनंदाने घेतली.

खर तर थंडीपासून बचाव न करू शकणारं ते खोपटं काही बदललं नव्हतं. पण निराशाजनक उदास विचारांना मनात थारा देण्यापेक्षा, भिक्खूकडे त्या क्षणी आनंद प्राप्त करण्यासाठी लागणारा दृष्टिकोन असण्याची क्षमता होती.

जेव्हा तुम्हाला विशिष्ट गोष्टी आपल्याबाबत का घडल्या हे समजत नाही, तेव्हा तुम्ही निराश होणं, परिस्थितीला बोल लावणं नैसर्गिक असतं. पण तसं व्हायलाच हवं असं काही नाही. तुम्हाला अधिक जास्त सकारात्मक प्रतिसाद देता यायला हवा, अशी मी आशा करतो. तुम्ही स्वतःला सांगू शकता, ''स्वतःला निराश करण्याऐवजी, मी यामधून बाहेर पडू शकतो. मला आत्ता संयम राखून थांबलं पाहिजे.''

लोक असंही म्हणतात, ''आपण हाताळू शकणार नाही, त्यापेक्षा जास्त देव आपल्याला कधीच देत नाही.'' जेव्हा गोष्टी अशक्य वाटतात, आणि तुमची ऊर्जा संपली आहे, सगळं काही संपलं आहे असं तुम्हाला वाटतं, तेव्हा हे वाक्य लक्षात ठेवा. मग तुम्ही त्यातून बाहेर पडू शकता.

अशा प्रकारचा विचार केल्याने तुमचा दृष्टिकोन बदलू शकतो.

अशा प्रकारचा विचार केल्याने तुम्ही 'आत्ता'मध्ये येऊ शकता.

वेगळी दिशा शोधायची तरी कशी?

आपल्याला प्रौढ, प्रगल्भ व्हायचं असेल, तर आपल्याला जुनी त्वचा टाकून द्यावी लागते असं म्हणतात. पण मला याचा अर्थ वेगळा वाटतो. तो असा की, आपल्याला प्रौढ व्हायचं असेल, तर वेगवेगळ्या संकटांमधून किंवा कठीण परिस्थितींमधून जावं लागतं.

वेगळ्या शब्दांत सांगायचं तर संकटं आणि कठीण परिस्थिती आपल्याला आपली त्वचा टाकून देऊन वाढण्याच्या संधी प्राप्त करून देतात. तुम्ही असंही म्हणू शकता की, आपण अशा संधींचं स्वागत केलं पाहिजे.

बौद्ध भिक्खू न्योकान यांनी त्यांचं आयुष्य सन्यासी म्हणून व्यतीत केलं. पण लहान मुलांचं उदंड प्रेम त्यांना लाभलं. त्यांनी एके ठिकाणी लिहिलं आहे, ''आपत्ती कोसळते तेव्हा ते दुःख सहन करणं चांगलंच असतं.''

आपल्या आत्म्यात स्वतःत बदल करण्याची शक्ती नक्कीच असते.

आपण जर हे मनात रुजवलं, तर आपण आपल्या समोरच्या संकटांकडे आणि कठीण परिस्थितीकडे संधी म्हणून पाहू शकतो.

१२

सकाळ मनात साठवा

मानसिक अवकाश निर्माण करण्याचा सर्वोत्तम मार्ग

वेळेने तुम्हाला वापरण्यापेक्षा तुम्ही वेळेचा वापर करा, यावर आज मी बोलणार आहे.

तुमचं मन आणि शरीर, दोन्ही चांगलं राहण्यासाठी आणि त्याहून महत्त्वाचं म्हणजे आनंदाने जगण्यासाठी तुमच्या दिवसाची लय बिघडू न देणं अत्यंत गरजेचं असतं. जर तुमची सकाळी उठायची वेळ आणि रात्री झोपायची वेळ ही दर दिवशी वेगवेगळी असेल, तर तुम्ही तुमची तब्येत चांगली राखू शकत नाही. तसंच त्यामुळे तुमची मानसिक दमणूकही होते.

त्याहून अधिक म्हणजे तुम्ही आळशीपणाकडे झुकता – आपण आपल्या मनाला कशा प्रकारे तयार करतो त्यानुसार आळशी होऊ शकतो. जर आपण आळसाला मनात शिरू दिलं, तर त्याला काही अंत राहत नाही आणि वाईटच घडत राहतं. त्यामुळे एका बिंदूपाशी त्याला थांबवणं आवश्यक असतं.

दैनंदिन लय सांभाळण्यासाठी तुम्ही स्वतःचेच काही नियम तयार केले तर?

तुमच्या सकाळच्या रूटीनकडे लक्ष देणं आवश्यक आणि फायद्याचं असतं.

सकाळ मनात साठवा. तिच्याकडे लक्ष द्या.

मी या गोष्टीचं कितीही महत्त्व ठसवलं तरी ते कमीच असेल. आणि सकाळीकडे लक्ष देण्यासाठीच्या नियमांत, आणखी एक गोष्ट मनात कोरणं फार महत्त्वाचं आहे, ती म्हणजे, ''लवकर उठा, दररोज त्याच वेळेस उठा.''

लवकर उठल्यामुळे तुम्ही सकाळी अवकाश निर्माण करता.

काही लोक खूप उशिरापर्यंत झोपतात, मग सकाळी उठल्यावर पटापट कशीतरी कॉफी करतात, ती भराभरा गिळतात आणि मग सिंकमध्ये कप तसाच टाकून धावत-पळत ट्रेन पकडतात... हे परिचित वाटतंय ना?

दिवसाची सुरुवात जर अशी झाली, तर उरलेला दिवस कसा असेल, याची कल्पना करणं सोपं आहे. अधिकचा वेळ नसल्याने, आपण मानसिकदृष्ट्या पळतो आणि त्यामुळे श्वास घेण्याचीही उसंत राहत नाही. आणि त्यामुळे आपण गोष्टी विसरतो. परिणामी आपल्या हातून चुका घडण्याची शक्यता निर्माण होते.

खालील झेन शिकवण पाहा :

'दिवसातील तास तुमचा वापर करतात. तर हा वृद्ध भिक्खू त्याच्या तासांचा पूर्णतः वापर करू शकतो.'

तांग राजवटीत असलेल्या झेन गुरू झाओझोऊचं हे वचन आहे.

यामधून वेळेच्या वापराचं महत्त्व अधोरेखित केलं आहे. पण दिवसाची सुरुवात घाईघाईत, कशीतरी करणं हे या वचनाच्या विरोधी आहे. वेळेकडून वापरलं जाण्याचं ते द्योतक आहे, त्याचा गुलाम होण्याचं.

लवकर उठा, सकाळी ताजी हवा खोलीत येऊ द्या. खिडकीतून बाहेर असलेला ऋतू, झाडं-पानं बघा. खोल श्वास घ्या. त्यामुळे रक्ताचं अभिसरण चांगलं होतं आणि तुम्हाला शक्ती जाणवते. पक्ष्यांचं कूजन

किंवा वाऱ्याची झुळूक किंवा रंग बदलणारी झाडं, त्यांची पानं यांच्याकडे पाहा. त्यामुळे तुमच्या संवेदनांना धार येईल. त्या वाढतील.

चहा किंवा कॉफी पिताना, तुमचं मन आणि शरीर सकाळचं ताजेपणा, तेजस्वीपण शोषून घेतं. त्यामुळे पुढचा सगळा दिवस चांगला घालवण्याची प्रेरणा तुम्हाला मिळते.

हे जरा आरामदायी सकाळ घालवण्यासारखं वाटतंय का?

पण वेळेचा पूर्ण वापर करण्याचा अर्थ हाच आहे.

पुन्हा, जेव्हा दिवसाची सुरुवात अशा प्रकारे होते, तेव्हा उरलेला दिवस कसा जाईल, याची कल्पना करणं सोपं आहे. गुणवत्तापूर्ण वेळ अशीच क्षणांमागून क्षण वाहते.

मी पुन्हा एकदा सांगतो : दिवसातील तासांचा सगळ्यात चांगला वापर करण्याची मेख ही सकाळचा वेळ काढण्यात आहे.

सकाळचा वापर करण्याचा हा नियम खासकरून निवृत्तीला आलेल्यांसाठी किंवा निवृत्त झालेल्यांसाठी आहे, असं मला वाटतं. निवृत्त होणं हा आयुष्यातला महत्त्वाचा टप्पा असतो, तो वळणबिंदू असतो. पुढे तुम्ही तुमचे दिवस कसे व्यतीत करणार याचा टप्पा. याकडे काळजीपूर्वक न पाहिल्यास समस्या निर्माण होऊ शकतात. याला अनेक कारणं आहेत. तुम्ही जर नेहमी स्वतःला कामात आणि फक्त कामात झोकून देणारे असाल, तर आता तुमच्याकडील सगळं काम जाणार असतं. त्यामुळे पुढे काय करायचं, असा प्रश्न तुमच्या पुढे निर्माण होतो.

नेहमीप्रमाणे, जे निवृत्तीला पोहोचतात, त्यांना असं वाटतं की त्यांचं वय झालं आहे. त्यामुळे आधी शूर असलेला कॉर्पोरेट योद्धा नंतर गरीब, बिचारा माणूस होतो, जो सारखा आपल्या घरातच बसून असतो. त्याच्यासाठी जग फार वेगळं असतं.

तो त्याला हवं तेव्हा उठतो. दुपारपर्यंत लोळत पडतो. करायला काहीही नसल्याने, तो टीव्हीवर मालिका किंवा तसंच काहीतरी बघत राहतो, ज्यात त्याला रस नसतो. खरं तर ते तो नीट पाहतही नसतो...

तुम्ही स्वतःला अशा प्रकारे वागू दिलंत, तर तुमच्या दिवसाची लयही तशीच होते. आणि तिथून मग अनावश्यक चिंता, काळजी आणि भीती मूळ धरू लागते.

कदाचित तुमच्या करिअरमधून निवृत्त व्हायची ती वेळ असेलही, पण जीवनातून निवृत्त व्हा असं तुम्हाला कोणीही सांगितलेलं नसतं. आपल्याला मिळालेल्या या मौल्यवान आयुष्याचा सांभाळ आपण फार काळजीपूर्वक केला पाहिजे.

आणि त्यामुळे, सकाळ ही गुरुकिल्ली आहे असं मी म्हणालो.

तुम्ही तुमच्या करिअरमध्ये कार्यरत असताना सकाळी सुरुवात कशी करता, किती जागरूकतेनं करता हे जितकं महत्त्वाचं होतं, तितकंच निवृत्तीनंतरही ते महत्त्वाचं आहे. तसं केल्याने, तुमचे दिवस उत्साह आणि ऊर्जेने भरून जातील. तुमच्या संवेदनांना पुनरुज्जीवित करतील. कदाचित तुम्ही दुसरं कोणतंतरी काम शोधाल किंवा स्वयंसेवक व्हाल किंवा काम करताना वेळेअभावी तुम्हाला जे करता आलं नाही, त्या छंदांसाठी आपला वेळ द्याल... यांपैकी एक काहीतरी तुमच्या बाबतीत घडेल, हे मी खात्रीने सांगतो. तुमच्या स्वयंपाककलेला पुन्हा एकदा घासून साफ करणं आणि अधूनमधून तुमच्या कुटुंबीयांना जेवू घालणं, यामुळे तुमचा निवृत्तिकाळ सुखद होणार असेल, तर हे अधिक चांगलं नाही का?

हा नियम साधा आहे, सकाळ पुरेपूर जगा. त्यामुळे तुम्ही निराशाजनक विचारांना बाजूला टाकता. मग तो आज किंवा उद्या किंवा कोणताही दिवस असेल, त्याच्याशी याचा काही संबंध नसतो. जेव्हा तुम्ही इथे आणि आत्तामध्ये पूर्णपणे जगता तेव्हा समृद्ध आणि संपन्न काळ तुमच्याकडे आपोआप येतो.

१३

तुमच्या मानकांनुसार जीवन जगा

इतर लोकांच्या मूल्यांनी डगमगून जाऊ नका

आयुष्य जगताना, आपल्याला सामाजिक शिष्टाचारांची पदोपदी जाणीव होत असते.

आपण सगळ्यांनी मिळून तयार केलेल्या शिष्टाचारांच्या आधारावर समाज तयार होतो आणि चालतो. जर आपल्यातील प्रत्येकाने त्यापासून फारकत घेतली आणि हवं तसं वागू लागलो, तर समाजात अनागोंदी आणि गोंधळ माजेल.

सामाजिक शिष्टाचारांना पाठिंबा देणं योग्यच, पण मला असं वाटतं की, त्याचा अंगीकार करताना आपल्याला आपल्या 'स्व'च्या जाणिवेचा त्याग करावा लागतो.

आपण जेव्हा सामाजिक शिष्टाचारांशी बांधील असतो, तेव्हा आपल्या कल्पनाशक्तीला मर्यादा पडतात, आपण मुक्त विचार करू शकत नाही. आपलं मन कर्मठ, कठोर होतं. तुमचे हातपाय सामाजिक शिष्टाचारांनी बांधले आहेत, असं तुम्हाला कधी वाटत नाही का?

आपल्याला स्वतःला मुक्त करायचं असेल, तर आपण आपली मानकं तयार केली पाहिजेत. म्हणजे आयुष्यात चुकीचा रस्ता आपण टाळू शकू. सामाजिक शिष्टाचारांचा मूलभूत असा पाया असला पाहिजे, पण घडणाऱ्या गोष्टींबद्दल त्याला स्वतःच्या अर्थांतरणाचा आधार हवा. तसंच काही प्रसंगी नियम–अटींपासून फारकत घेऊन आपल्याला हवं ते करता यावं यासाठी मार्गदर्शक तत्त्वंही हवीत. त्यानुसार आपण आपले निर्णय स्वतःचे स्वतः घेऊ शकू. अशा प्रकारे मी मानकांचा विचार करतो.

मग प्रश्न असा की, आपण ही मानकं विकसित करायची कशी?

असं करण्याचा एकमेव मार्ग म्हणजे अनुभवांचा साठा करून तुमच्या रोजच्या जगण्यात ती अनुसरायची. सराव करायचा.

झेनमध्ये प्रत्यक्ष सरावाला – कृतीला – सगळ्यांत जास्त महत्त्व दिलं जातं.

एक झेनगो अशी की, 'वैयक्तिक अनुभवांमधूनच आध्यात्मिक जागृती अनुभवता येते.' भांड्यातल्या पाण्याकडे नुसतं पाहून ते गार आहे की गरम हे तुम्हाला सांगता येत नाही. ते ठरवण्यासाठी तुम्हाला त्याची चव तरी घ्यावी लागते किंवा हात तरी लावावा लागतो. म्हणजे विचार करण्यापेक्षा कृती करणं महत्त्वाचं असतं.

आता माहिती विपुल प्रमाणात आहे, आपल्याला हवं तेवढं ज्ञान घेणं सोपं आहे. जर तुम्ही इंटरनेटवर 'सामाजिक शिष्टाचारमुक्त आयुष्य कसं जगावं' असं शोधलंत, तर तुम्हाला हजारो रिझल्ट्स मिळतील.

पण तुम्ही त्यातले सगळे वाचले, तर तुम्हाला असं लक्षात येईल की, अनेक अनावश्यक, निरर्थक विषयही त्यात आलेले असतील.

तुम्ही सामाजिक शिष्टाचारांना बांधील आहात की नाही, हे ठरवण्याच्या परिस्थितीमध्ये जेव्हा तुम्ही असाल, तेव्हा तुमच्या मेंदूमध्ये ज्ञानाचा प्रचंड साठा ठासून भरलेला असेल, ज्याचा तुम्हाला फायदा होणार नाही.

हळूहळू अनुभव जमा करून आणि त्याचा प्रत्यक्ष जगण्यात वापर करून, तुमचं शरीर शिकतं. म्हणजे असं की, तुम्ही तुमच्या शरीराच्या मार्गदर्शनाने योग्य निर्णय घेऊ शकता. आणि अर्थात, त्यानंतर योग्य कृती घडते. तुम्ही केवळ ज्ञानाच्या साहाय्याने मानकं विकसित करू शकत नाही.

एका सोटो झेन मंदिरातील प्रमुख कोशू इताबाशी एका जागी बसून झॅझेन नावाच्या ध्यानाच्या प्रकाराचा सराव करत. ते प्रमुख आहेत असं न समजता, प्रशिक्षण घेणाऱ्या भिक्खूप्रमाणे ते मंदिरातली रोजची कामं करत.

त्यांच्यासारख्या उच्च पदस्थाला अशा गोष्टी करताना पाहून इतर भिक्खू म्हणायचे, ''तुम्ही हे सगळं करायची गरज नाही. तुम्ही तुमच्या खोलीत आराम करा.'' पण इताबाशी झेनजी आपल्या कपाळाभोवती कापड गुंडाळायचे, काम करायचे कपडे घालायचे आणि साफसफाई करायचे. मी तर असंही ऐकलं की, निवृत्तीनंतरही ते कधीकधी बाहेर जाऊन भिक्षादेखील मागायचे.

अर्थात, सामाजिक शिष्टाचारांकडून जे आवश्यक आहे, त्यापेक्षा हे खूप जास्त आहे. पण यामधून त्यांनी सर्वांत चांगलं मानक स्थापन केलं हे मात्र दिसून येतं.

इताबाशी झेनजी नेहमी त्यांच्या स्वतःच्या मानकांच्या शोधात असायचे. पण ते कधीही त्यांच्या सरावापासून आणि हळूहळू अनुभव घेण्यापासून परावृत्त झाले नाहीत.

न आटणाऱ्या झेन शिकवणीचं हे मूर्तिमंत उदाहरण आहे. प्रत्यक्ष सराव आणि अनुभव यांच्या साहाय्याने मानकांना धार काढली जाते आणि जेव्हा ती परिपूर्ण होतात, तेव्हा आपण अधिकाधिक मुक्त होत जातो.

कन्फ्यूशिअसच्या 'द ॲनालेक्ट्स' ग्रंथात एक वाक्य आहे - 'वयाच्या सत्तराव्या वर्षी, माझ्या मनातल्या इच्छा या मानकांना ओलांडून पुढे जात नाहीत.'

आपल्या इच्छेअनुसार केलेली कृती, योग्य काय याचं उल्लंघन करत नाही, असं कन्फ्यूशिअस सांगू पाहतो.

हे तुमच्या अटी-नियमांच्या आधारे मुक्त जगण्याबद्दल आहे. (मग तुम्ही सामाजिक शिष्टाचारानुसार वागा अथवा नाही) आणि असं केल्याने तुम्हाला तुमच्या आतलं सत्य आणि तुम्ही निवडलेला जगण्याचा मार्ग हे एकमेकांच्या हातात हात घालून जात आहेत असं लक्षात येईल. तुमच्या अंतःकरणात तयार झालेली मानकं तुम्ही विकसित केली की मग असं घडतं.

त्यामुळे मी विनंती करतो की, पहिल्यांदा सराव करून आणि अनुभव घेऊन मगच तुमची मानकं विकसित करा.

प्रत्येक वेळी थोडी का होईना, पण तुमची मानकं अधिकाधिक चांगली होत जातील. तुम्हाला स्वतःला अधिक आत्मविश्वास वाटेल, दुसऱ्यांशी तुलना केल्यामुळे निर्माण होणारी चिंता, काळजी आणि भीती यांपासून तुम्ही मुक्त व्हाल आणि तुम्ही जसे आहात तसे राहायला तुम्ही मोकळे असाल.

१४

अनावश्यक गोष्टींच्या मागे जाऊ नका

माहितीचा हव्यास थांबवा

माहितीने पछाडलेला समाज आणि आपलं मन-हृदय यांचा संबंध याबद्दल मला तुमच्याशी बोलायला आवडेल.

आज आपण उच्च दर्जाच्या जाळ्याने जोडलेल्या जगात राहतो, जिथे माहिती प्रचंड, विपुल आहे. आणि इंटरनेटच्या वाढत्या प्रचार-प्रसारामुळे आणि क्रांतीमुळे माहितीचा स्फोट पुढे वाढतच जाणार आहे, हे सांगायला नको.

विविध प्रकारची माहिती आपल्याला सोयीअनुसार मिळणं ही हवीशी गोष्ट आहे आणि चांगली बाबही आहे, यात शंका नाही. पण त्याच वेळी मला असं वाटतं की, ती बाब अडचणींनी भरलेलीही आहे.

म्हणजे मला असं म्हणायचं आहे की, अति माहिती निर्णय घेण्याच्या आपल्या क्षमतेत आडकाठी आणते.

उदाहरणार्थ, समजा तुम्ही तुमचं आरोग्य सुधारावं म्हणून प्रयत्न करत आहात. त्यासाठी काहीतरी करणार आहात. "मी जरा पाहतो," असं

म्हणून तुम्ही इंटरनेटवर सर्च करता. त्यानंतर माहितीच्या पुरात बुडून जाता. बस्स, बाकी काही होत नाही.

सर्च केल्यानंरचे रिझल्ट्स पाहून तुमच्या लक्षात येतं की, तिथे अनेक पर्याय आहेत. आणि त्यामुळे निर्णय घेण्याचा तुमचा आत्मविश्वास डळमळीत होतो.

''हे वाटतंय चांगलं, पण ते जास्त परिणामकारक वाटतंय. अरे! हेही काहीतरी आहे तर? मी यावर काट नाही मारू शकत...'' असं प्रत्येक स्थितीमध्ये घडतं. कामाच्या ठिकाणीदेखील. ''हे फारच चांगलं, विश्वासार्ह वाटतंय'', ''इथे एक अट घालू या'', ''आपण हे करून पाहायचं का?'', ''पगाराच्या दृष्टीने, हेही चांगलंय...'' आणि असं चालूच राहतं.

जेव्हा तुमच्या करिअरचा प्रश्न असतो, तेव्हा ''मला काय हवं आहे?'' हा प्रश्न अत्यंत महत्त्वाचा ठरतो. नोकरी निवडण्याबद्दलच्या तुमच्या पर्यायाचा मोठा परिणाम तुम्ही आयुष्य कसं जगणार यावर होतो.

तुम्हाला काय करायचं आहे किंवा कसं जगायचं आहे या प्रश्नांचा संबंध तुम्ही किती माहिती साठवता याच्याशी नाहीये. या प्रश्नाचं उत्तर केवळ तुमच्या आत सापडू शकतं. आणि ते शोधायचं असेल, तर तुम्हाला काही प्रश्नांचा गांभीर्याने विचार करणं आवश्यक असतं.

दुसऱ्या पद्धतीने सांगायचं तर तुमच्या मनाला प्रश्न विचारणं महत्त्वाचं असतं आणि त्यानुसार तुमचे प्रयत्न कुठे केंद्रित करायचे हे ठरवणंही.

या संदर्भाने विचार केल्यास माहिती ही शंका किंवा प्रश्नांचा स्रोत होऊ शकते.

जेव्हा तुमच्याकडे माहितीचा विपुल साठा असतो, तेव्हा तुमच्या मनाला काय करायचं हे समजत नाही. आणि जेव्हा तुमचं मन मुक्त नसतं, बांधील असतं, तेव्हा शंका मनात घर करू लागते. त्या सोबत येते काळजी आणि चिंता.

एके काळी, जपानमध्ये प्रत्येक जण आपापला कौटुंबिक व्यवसाय करायचा. पिढ्यान्‌पिढ्या हा व्यवसाय चालू असे. शेती हे याचं उत्तम उदाहरण. पण कुशल कामगार आणि कलाकारांनीही त्यांची कौशल्यं आपल्या मुलांना आणि नातवंडांना हस्तांतरित केली.

कोणत्याही पर्यायाशिवाय, लोकांचे प्रयत्न एका ठिकाणी केंद्रित होते आणि ते त्यांच्या कामांमध्ये स्वतःला समर्पित करू शकायचे. ते अशा प्रकारे पूर्णपणे गुंतलेले असल्यामुळे ते आयुष्याबद्दल समाधानी होते.

तुम्ही असंही म्हणू शकता की, निवड किंवा पर्याय नसल्याने त्यांना त्यांच्या कामात शंका किंवा चिंतांना जागाच राहिली नाही. पण तेव्हा लोक आत्ताप्रमाणे भ्रम आणि चिंतांनी तळमळत होते असंही नव्हतं - आणि हे फक्त कामाबाबतच नव्हे, तर एकुणात आयुष्याला लागू होतं.

अर्थात, इथे हे नमूद करायला पाहिजे की, अधिक पर्याय म्हणजे व्यापक, अधिक जास्त शक्यता. पण पर्यायांना कमी करणं ही खरी मेख आहे. त्याचा अशा प्रकारे विचार करा : तुम्हाला तुमच्या प्रयत्नांना कुठे केंद्रित करायचं आहे त्यावर भर द्या, मग त्यानुसारच आवश्यक तेवढी माहिती गोळा करा. तरीही तुम्हाला विविध पर्याय सापडतील.

जेव्हा तुम्ही मनाला प्रश्न विचारून काम निवडता किंवा तुमच्या मनाचा आवाज ऐकून कृती करण्याचा मार्ग निवडता, तेव्हा तुम्ही का-कू फार करत नाही. जरी तुम्हाला अपेक्षित असलेले परिणाम तत्काळ मिळाले नाहीत तरी.

हे प्रत्यक्षात आणण्यासाठी शक्य तितका प्रयत्न करा. आणि बौद्ध तत्त्वज्ञानातील एका शाखेचे, 'रिन्झाई'चे संस्थापक रिन्झाई गायगेन यांनी फार महत्त्वाचा मुद्दा सांगितला आहे, तो असा - ''जिथे कुठे जाल तिथे प्रावीण्य मिळवा. मग तुम्ही जिथे कुठे असाल, तिथे गोष्टी खऱ्याखुऱ्या असतील.''

याचा अर्थ असा की, परिस्थिती कशीही असो, जर तुम्ही इथे आणि आत्ता तुम्हाला जे जमतं ते सर्वोत्तम करायचा प्रयत्न केला, तर तुम्हाला तुमच्यातील सामर्थ्यवान नायक समजेल किंवा तुम्ही कशासाठी आहात, त्याचा अर्थ काय हे लक्षात येईल.

नायक माहितीच्या साठ्यामागे धावत जात मार्गभ्रष्ट होत नाही, या मार्गाने जाऊ की त्या- असा प्रश्न पडल्याने त्याचं लक्ष इतरत्र भरकटत नाही. त्याची दृष्टी एकाच दिशेला एकटक लागलेली असते.

नायक जमिनीवर ठाम उभा राहतो. आपला रस्ता तो आपला आपण दृढपणे कोरतो. तुम्ही असंही म्हणू शकाल की, तो त्याचं आयुष्य आत्मविश्वासाने व्यतीत करतो.

आपण कधीही आणि केव्हाही आपले नायक होण्यास समर्थ असतो.

पण त्यासाठी पहिल्यांदा आपण आपल्या प्रयत्नांवर लक्ष केंद्रित केलं पाहिजे. इथे आणि आत्तावर एकाग्रचित्त व्हा.

इथूनच सुरुवात का नाही करत?

१५

जिथे कुठे असाल तिथे उजळून निघा

आत्ता नाही, तर मग कधी?

तुम्ही करत असलेल्या कामात खरोखरीच, मनापासून गुंतलेले आहात का?

तुम्हाला त्यातून आनंद मिळतो का आणि तुम्ही रोजचा दिवस मजेत घालवता का?

पुढे मी जे म्हणणार आहे त्याला आधार म्हणून माझ्याकडे पुरेसा डेटा नसला, तरी या प्रश्नांची उत्तर बहुसंख्य जण ''फार नाही'' असं देतील, असं मला वाटतं.

असं दिसतं की, अनेक तरुणांचा कल त्यांचं काम पटकन सोडून देण्याकडे किंवा त्यांची पदं सोडून देण्याकडे असतो. त्यामागे त्यांचं म्हणणं असं असतं की, ते काम त्यांच्याकरता योग्य नव्हतं किंवा त्यांना ज्या प्रकारे काम करायचं आहे, त्या प्रकारचं ते नव्हतं असं त्यांना जाणवलं.

'संयम हा सद्गुण आहे' अशा आशयाच्या एका जपानी म्हणीचा संदर्भ तीन वर्षं एका खडकावर राहण्याशी लावला जातो. यातून असं दिसतं की, प्रत्येकाला काहीतरी एक हेतू असतो आणि ते जे करत आहेत

ते चिकाटीने करत राहतात. पण ही संकल्पना आता भूतकाळात जमा झाली आहे असं वाटतं. आता हे शहाणपण उरलंच नाही असं वाटतं.

सध्याच्या काळात लोक असंतुष्ट वाटतात, त्यांच्यामध्ये ऊर्जा जाणवत नाही. ही एक सर्वत्र दिसणारी सामाईक भावना आहे. कदाचित मी कट्टर विरोधक वाटेन, पण या पिढीचा महत्त्वाचा गुण आणि कल असा दिसतो की, ते प्रत्येक गोष्टीला; मग त्यात काम आलं किंवा खासगी आयुष्य आलं, कंटाळवाणं - बोअरिंग म्हणून कमी लेखतात.

कंटाळ्यामुळे असमाधान आणि चिडचिड निर्माण होते, त्यामधून चिंतेची बीजं पेरली जातात. खालील बाबी तुमच्या बाबतीत खऱ्या आहेत का नाही हे स्वतःलाच विचारा -

काहीही करत असा, तुम्ही मनापासून तुमच्या कामात स्वतःला गुंतवू शकता का? तुम्ही तुमचं आयुष्य कुठेही का नेत असेनात, तुम्ही त्यात पुढे जाता का आणि आनंद मिळवता का?

तुमचं उत्तर काय आहे?

एक गोष्ट तर नक्की : मनापासून गुंतवणारं काम आपोआप शून्यातून निर्माण होत नाही. तुम्हाला ज्या प्रकारचं आयुष्य हवं आहे, ते हातावर हात ठेवून बसून राहिल्याने काही मिळत नाही.

त्यामुळे आत्ता आणि इथे जे कोणतं काम तुम्ही करत असाल, त्यामध्ये तुम्ही स्वतःला पूर्णतः गुंतवलं पाहिजे. तुम्ही जगत असलेल्या आत्ताच्या क्षणामधून आनंद मिळवण्याशिवाय इतर कोणताही दुसरा पर्याय नाही.

हे कसं करायचं, यासाठी एक झेनगो आहे, ती अशी : 'मातीचं सोन्यात रूपांतर करा.'

याचा अर्थ असा की, तुम्ही कुठेही, कसेही असा, तुम्ही आत्ता आणि इथे स्वतःला झोकून द्या आणि सर्वोत्तम काम करा. असं केल्याने

त्या ठिकाणी तुम्ही स्वतःला चकाकताना पाहाल आणि तुमचं तेज सोन्यासारखं झळाळेल.

सोन्यासारख्या चमकणाऱ्या मातीसारखी विलक्षण अशी गोष्ट दुसरी काही नसते. तुम्हाला ती तशी तयार करावी लागते. जरी तुम्हाला वाटलं की, एखादं काम तुमच्यासाठी योग्य नाही किंवा तुम्हाला जे करायचं आहे, ते हे काम नाही, तर मग असं काहीतरी काम करा ज्यामध्ये तुम्ही इथे आणि आत्तामध्ये गुंतलेले राहाल.

तुम्ही 'आत्ता' आणि 'इथे'मध्ये जे करता त्यात मनापासून गुंतला नाहीत, तर मग तुम्ही कुठे आणि कधी असे गुंताल असं तुम्हाला वाटतं?

डोजेन झेनजी यांच्या आयुष्यातील एक किस्सा प्रसिद्ध आहे.

चीनमधल्या तिआनटाँग पर्वतावर ते आपल्या रुजिंग गुरूंच्या हाताखाली प्रशिक्षण घेण्यासाठी गेले. एके दिवशी, डोजेन झेनजींनी एका वृद्ध धर्मगुरूंना तळपत्या उन्हात शिताकी मशरूम्स वाळत टाकताना पाहिलं. ते मंदिराचे प्रमुख स्वयंपाकी होते आणि तळपत्या उन्हात त्यांनी डोक्यावर टोपी घातली नव्हती. डोजेन यांनी वृद्ध स्वयंपाक्यांना हाक मारून विचारलं, ''एवढ्या उन्हात काम का करता आहात तुम्ही? उन्हं कलेपर्यंत थांबू शकता की तुम्ही.''

त्यावर ते वृद्ध धर्मगुरू म्हणाले, ''आत्ताशिवाय दुसरी कोणतीही वेळ नसते.''

त्यांना असं म्हणायचं होतं, ''आत्ता नाही तर मग कधी केलं पाहिजे हे? योग्य वेळ कधी येईल? ती वेळ कधीही येणार नाही.''

त्या वृद्ध स्वयंपाक्याच्या शब्दांचा खोल ठसा डोजेन यांच्या मनावर उमटला. जर आपल्याकडे केवळ 'आत्ता'च असतो, आपल्या जवळ 'इथे' एवढंच ठिकाण असतं, हे तुमच्या मनाने एकदा का स्वीकारलं, तर तुम्ही आध्यात्मिक सुधारणेतली मेख शिकू शकता. त्यामुळे तुम्ही तुमच्या

कामाकडे गांभीर्याने पाहू शकाल आणि आयुष्याचा आनंद घेण्याकडेही पाहू शकाल.

इतर कुणीही करू शकेल असं वाटणाऱ्या कामामध्ये तुम्ही स्वतःची भर कशी घालता याचा तुम्ही विचार कराल आणि मग ते काम तुम्हाला आधीसारखं नाही, हेही समजेल.

'आत्ता' आणि 'इथे' सर्वोत्तम काम केलं पाहिजे, या जाणिवेने मग तुमचं मन भरून जाऊ शकतं. आणि मग आधीपेक्षा तुम्हाला तुमचं जग वेगळंच दिसू लागेल.

कामामध्ये स्वतःची भर टाकल्याने, आधी कोणीही करू शकणारं काम फक्त तुम्हीच तुमच्या पद्धतीने केलेलं काम होऊ शकतं.

इतरांना कदाचित असं वाटेल की, तंतोतंत तुमच्याप्रमाणेच ते कसं काय काम करू शकतील?

अशा प्रकारे तुम्ही आपला ठसा लोकांवर उमटवता आणि आपलं अस्तित्व निर्माण करता.

तुम्ही जेव्हा मनापासून काम करता, स्वतःला झोकून देता, तेव्हा तुम्हाला तो क्षण पूर्ण जगता येतो आणि त्यातून आनंद मिळवता येऊ शकतो. मग शंका आणि चिंता गायब होतात आणि तुम्ही अधिक सकारात्मकेने गोष्टींकडे पाहू शकता.

आणि मग 'इथे' आणि 'आत्ता'त तुम्ही उजळता, चमकता.

तुम्हाला ज्या कुठल्या मातीत वाटेल तिथे तुमचे पाय ठामपणे रोवा, आणि मग पाहा, तुम्ही कसे फुलून याल.

१६

तुमच्या भावनांविरोधात जाऊ नका

अशा प्रकारे गोष्टींपासून मुक्त होता येतं

तुम्ही नेहमी काही गोष्टींमुळे दुःखी, चिंताक्रांत होता किंवा लगेच चिडता. तुम्ही तुमच्या भावनांवर अधिक चांगलं नियंत्रण कसं ठेवू शकता?

इथे खरं तर 'न-मना'ची अवस्था येणं, हे मला सुचवायचं आहे, ज्याला आम्ही 'मुशीन' असं म्हणतो.

जेव्हा तुम्ही 'न-मना'च्या अवस्थेत असता, तेव्हा तुम्ही भावनांमागे वाहून जात नाही. आनंद आणि दुःख, आशा आणि निराशा यांमध्ये लोंबकळत न राहता, तुमची मनःस्थिती कायम स्थिर, शांत राहते.

अर्थातच, मुशीन अवस्था प्राप्त करणं काही सोपं काम नव्हे - ती साध्य करणं फार कठीण आहे. जेव्हा तुम्ही झॅझेनला अर्थात ध्यानाला बसता, तेव्हा 'मन रिकामं करण्याची' तीव्र इच्छा निर्माण होऊ शकते आणि त्यामुळेच तुम्हाला चिंताक्रांत, दुःखी वाटू शकतं. 'कशाचाही विचार करू नको,' याभोवतीच तुमचे विचार फिरत राहतात.

ध्यानाला बसताना, विचारांचा महापूर मनामध्ये येणं हे अपरिहार्य आहे.

त्या विचारांना येऊ दे, त्यांना तुमच्या मनात तरंगू दे.

ते त्यांचे त्यांचे गायब होतील.

विचारांना येऊ दे आणि गायब होऊ दे. त्यांना तसं प्रवाहित होऊ दे. अशा प्रकारे मुशीन मनोवस्था प्राप्त करण्यासाठी प्रयत्न केला जातो.

जेव्हा तळ्यामध्ये एखादा खडा टाकला जातो, तेव्हा पाण्यात तरंग उमटतात. तुम्ही तुमच्या हाताने पाण्यातले हे तरंग थांबवायचा किंवा नष्ट करायचा प्रयत्न केलात, तर त्यामुळे आणखी गुंतागुंतीचे तरंग उमटू लागतात. त्यांना उमटू दिलंत, तर तुम्हाला असं लक्षात येईल की हळूहळू ते आपोआप जातील आणि पुन्हा एकदा पाण्याचा पृष्ठभाग आरशासारखा होईल.

आपलं मन याहून फार काही वेगळं नसतं.

एक झेनगो अशी, 'ढगाला अहंकार नसतो, तो घळीमुळे नष्ट होत नाही.'

याचा अर्थ असा की, ढग इतर कोणत्याही गोष्टीमुळे दुःखी होत नाही; तो वाऱ्यानुसार आपला आकार बदलतो, वाऱ्यानुसार वाहत जातो आणि तरी तो जसा आहे तसाच राहतो. तो बदलत नाही. मुशीन म्हणजे दुसरंतिसरं काही नसून हेच आहे.

रोज आपण वेगवेगळ्या परिस्थितींना तोंड देतो. काही वाईट गोष्टी असतात, तर काही चांगल्या. काहींमुळे उत्साही व्हायला होतं, तर काही आपण सहन करू शकत नाही. काहीही असो, जर तुम्ही त्यांपैकी कुठल्याही गोष्टीमागे वाहवत गेलात, तर तुम्ही मोठ्या संकटात सापडाल.

"तो असं म्हणाला यावर माझाच विश्वास बसत नाही! किती फालतू माणूस आहे. माझं त्याचं आता पटू शकत नाही!"

आपल्या मनामध्ये तयार होणाऱ्या रागाच्या ज्वालामुखीला शांत करण्यासाठी आपली धांदल उडते. त्यात आपण बुडून जातो. जेव्हा तो

राग आपलं मन पूर्णतः काबीज करतो, तेव्हा मन अस्थिर बनतं आणि तो राग सहजासहजी मनातून काढून टाकता येत नाही.

अर्थात, मानवी भावभावना आपल्या अस्तित्वाचा अविभाज्य भाग आहेत. त्यामुळे त्यांच्यावर नियंत्रण ठेवणं हे साहजिक आहे. पण जेव्हा आपण त्यांच्यावर मात करायचा प्रयत्न करतो, तेव्हा त्या आपल्या मनाच्या अग्रस्थानी येतात आणि आपण त्यांच्यापासून दूर जाऊ शकत नाही.

जमिनीमध्ये घट्ट रोवलेली लाकडी काठी एकाच जागी स्थिर असते. ती हलत नाही. कितीही जोराने वारा वाहिला, तरी ती आहे त्या जागीच राहते. तरीही, हळूहळू जर वाऱ्याच्या झोताची शक्ती वाढली, तर ती काठी तुटू शकते.

दुसरीकडे, बांबू लवचीक असतो. त्यामुळे वाऱ्याच्या दिशेअनुसार तो वाकतो. त्यामुळे कितीही जोराचं वादळ आलं तरी तो तुटत नाही. वादळ शमलं की, तो पुन्हा आपल्या नैसर्गिक अवस्थेत येतो. उंच आणि सरळ उभा राहतो. तो स्वतःला वाऱ्यानुसार वाहू देतो.

विचार आणि तीव्र भावनांपासून उदासीन राहण्याची काही गरज नाही. त्यांना केवळ सहज येण्या-जाण्याचा मार्ग किंवा प्रवाह द्या, एवढंच.

त्यांना अंगाला लावून न घेण्याचा हा एक मार्ग होय. जेव्हा तुम्ही त्यांचं निरीक्षण कराल, तेव्हा आलेला ताण सैल करा आणि 'आत्ता'वर लक्ष केंद्रित करा. तुमचं मन विश्रांत होईल आणि लवचीकही.

आणि आपण मुशीन अवस्थेकडे जाऊ, 'न-मना'ची मनोवस्था.

१७

तुमची संध्याकाळ शांततेत घालवा

रात्री उशिरा मोठे निर्णय घ्यायची योग्य वेळ नसते

मला तुम्हाला विचारू दे – तुम्ही तुमची संध्याकाळ शांततेत व्यतीत करता का?

झेन आचरणामधला एक भाग हा रात्रीच्या वेळी झॅझेन अर्थात ध्यान करणं हा आहे.

काही विशिष्ट सोटो झेन मंदिरांमध्ये, संध्याकाळी आठच्या सुमारास याची सुरुवात होते. भिक्खूंसाठी, झोपण्याआधी आपलं मन शांत करण्यासाठीचा हा रात्रीचा विधी असतो.

असा विचार करा – तुम्ही कामानंतर बारमध्ये, आपली दुःखं, तक्रारी ग्लासात बुडवून रात्रींमागून रात्री घालवता आहात का? मद्यसेवनाने तात्पुरत्या काळाकरता, तुमच्या अडचणी कदाचित गेल्यासारख्या वाटू शकतीलही, पण दुसऱ्या दिवशी त्यामुळे तुम्हाला कसंतरीच, विचित्र वाटत राहतं. बरोबर ना?

संध्याकाळ शांतपणे व्यतीत करणं हे वाटतं तितकं सोपं नाही.

दिवसा कामाच्या गडबडीत चिंता, काळज्या आणि भीती आपल्याला स्पष्टपणे दिसत नाही, पण रात्री मात्र त्या आपल्या अंगावर येतात.

तुमचं मन एकदा का त्यांच्या कह्यात गेलं की, त्यापासून मुक्तता मिळवणं फार कठीण होऊन बसतं. रात्रीच्या वेळच्या अंधाराशी याचा संबंध असावा असं मला आवर्जून वाटतं. काळजी, चिंतेमधून आणखी काळज्या आणि चिंतांची बीजं रुजवणं हा मला रात्रीचा एक महत्त्वाचा गुण वाटतो. आणि त्यामुळे शंकाकुशंकांचं जाळं आणखी वाढत जाऊन आपला ताबा घेतं.

रात्रभर विचार केल्यामुळे झोप येत नाही, पण मग सकाळच्या प्रकाशात त्याच सगळ्या गोष्टी आपल्याला वेगळ्या दिसतात, असा अनुभव तुम्हाला आला आहे का? तेव्हा तुमच्या अडचणी किंवा काळज्या तितक्या भयंकर, भीतिदायक वाटत नाहीत आणि आपण एवढे तणावग्रस्त का होतो, असा प्रश्न तुमचा तुम्हालाच पडतो.

रात्री उशिरा घेतलेल्या निर्णयात बरेचदा चुका होऊ शकतात किंवा त्रुटी असू शकतात. शिवाय तुमच्या सगळ्या चिंता, काळज्या उफाळून आल्याने तुमचं मन तुमच्या मेंदूला उद्दिपीत करतं आणि त्यामुळे झोप लागत नाही.

याच कारणामुळे, तुमच्या संध्याकाळी अधिकाधिक शांतपणे घालवता याव्यात, यासाठी शक्य तितक्यांदा या वेळात कोणतेही निर्णय न घेणं जास्त चांगलं.

हा सल्ला एका विख्यात अर्थतज्ज्ञाच्या अनुभवावर आधारित आहे. रात्री टीव्ही आणि इंटरनेटवरून आवश्यक असणारी सगळी माहिती गोळा करण्याची त्याची सवय होती, पण एकदा त्याने तसं करायचं नाही असं ठरवलं. संध्याकाळ झाली की तो सगळ्या बातम्या, सगळी माहिती यांपासून स्वतःला तोडून घ्यायचा. आणि मग सकाळी त्याला पूर्वीपेक्षा

फार जास्त स्थिरपणा जाणवू लागला, आणि आता निर्णय घेण्याच्या बाबतीत त्याचं मन जास्त स्पष्ट असायचं.

जेव्हा तुम्ही माहिती आत घेता, तेव्हा तुम्ही त्यावर तातडीने प्रक्रिया करू लागता आणि त्याचा सखोल विचार करू लागता.

ते थांबवा.

तुमची संध्याकाळ शांततेत व्यतीत करण्यासाठीचे हे सर्वांत चांगले मार्ग आहेत.

निवांतपणा, शांततेला आणखी वाढवण्यासाठीचा प्रभावी मार्ग म्हणजे तुम्हाला जे आवडतं आणि ज्यामुळे तुम्ही विश्रांत होता त्या गोष्टी करणं.

अर्थात, या गोष्टी व्यक्ती-व्यक्तीनुसार बदलतील. काही जणांना कादंबरी वाचायला आवडेल तर काही जण कवितेचं पुस्तक वाचतील. तुम्हाला संगीत ऐकायला आवडत असेल, तर त्यासाठी रात्रीचा वेळ काढा. तुम्हाला हस्तकला आवडत असेल किंवा आणखी एखादा छंद असेल, तर त्यासाठी संध्याकाळचा वेळ राखून ठेवा.

तुम्हाला उदबत्ती किंवा आवडती सुगंधी मेणबत्ती लावून अंघोळ करायला आवडत असेल तर तसं करा.

तुमच्या आनंदासाठी जेव्हा तुम्ही वेळ देता, तेव्हा आपोआपच तुम्हाला शांत आणि विश्रांत वाटतं. संध्याकाळी या गोष्टी करणं हे रात्रीच्या झॅझेनपेक्षा निराळं नाही. यामुळे तुमच्या झोपेची गुणवत्ता सुधारेल आणि सकाळी तुम्हाला छान जाग येऊन ताजंतवानं वाटेल, आणि तुम्ही दिवसाला सामोरे जाण्यास तयार व्हाल.

विभाग तिसरा

स्पर्धेमधून बाहेर पडा आणि मग सगळं काही हवं तसं घडेल.

'प्रत्येक जण वेगळा असतो
आणि मी जो आहे तसाच आहे.'

१८

विजय किंवा पराजयाला चिकटून राहू नका

तुम्ही जिंकता का हरता, हे गौण असतं

''तो आणि मी एकाच वेळी नोकरीला लागलो होतो. मी त्याला माझ्यापेक्षा वरच्या पदावर जाऊ देऊ शकत नाही!''

''त्यांनी या महिन्याच्या आपल्या विभागाच्या श्रेण्या जाहीर केल्या, आता काय करायचं?''

आधुनिक काळातील कामाच्या ठिकाणी, कामगिरीच्या आधारावर सर्व व्यवस्था आणि प्रणाली नियंत्रित केल्या जातात. त्यामुळे सगळे त्याच्या एवढे मागे लागतात, प्रत्येक जण स्वतःच्या स्तुती किंवा टीकेबद्दल जरा जास्तच मनाला लावून घेतो.

याचा परिणाम असा होतो की, प्रत्येक जण इतरांशी तुलना करू लागतो.

जणूकाही सगळे जण स्पर्धेमध्ये उभे आहेत.

अर्थात, स्पर्धेमुळे प्रोत्साहन आणि प्रेरणा मिळते.

पण त्याच वेळी, सगळे जण विजय किंवा पराजय एवढाच विचार करू लागतात. म्हणजे असं की, तुमच्या बरोबरच कंपनीत नोकरी सुरू केलेला एखादा जण जर अपयशी ठरला, तर तुम्हाला जग जिंकल्यासारखं वाटतं. त्याच वेळी तुमचा परफॉर्मन्स जर फार कमी पातळीवरचा असेल, तर जणूकाही जगबुडी झाल्यागत तुम्हाला वाटू लागतं. या भावनिक आंदोलनांच्या उलटसुलट दोलायमान स्थितीत तुम्ही नेहमी राहता. स्पर्धेचा तो एक भाग आहेच, यात शंका नाही.

कामाचा प्रचंड ताण असणं हा या सगळ्याचा मूल स्रोत आहे. त्यामुळे जिंकणं आणि हरणं यांवर जास्त भर दिला जातो.

शिवाय, तुम्ही जर सारखं जिंकण्या-हरण्याचा विचार करत राहिलात, तर त्यामुळे 'काही झालं तरी जिंकायचंच,' या मानसिकतेला खतपाणी घातलं जातं. परिणामी जी माहिती तुम्ही तुमच्या सहकाऱ्यांशी वाटून घेतली पाहिजे, ती माहिती स्वतःकडेच राखून ठेवण्याची वृत्ती वाढीस लागू शकते आणि मग मनोमन गुपचूप ते चुका करतील, अशी आशा केली जाते.

अर्थात, हे दुःखद आहे. पण व्यावसायिक जगतात हे बऱ्यापैकी नेहमीचं आहे. लोकांना बाजूला करणं किंवा त्यांच्या पाठीत खंजीर खुपसणं इत्यादी.

इथेच आपण अडचणींमध्ये फसायला सुरुवात होते.

काहीही करून समजा तुम्ही विजयी झालात, तर विजयाचा आनंद व्यक्त करताना तुमचं मन तुम्हाला खात नाही का? तुम्ही ज्या प्रकारे विजय प्राप्त केलात, त्यामुळे तुम्हाला अपराधी वाटत नाही का?

काहीही करून जिंकल्यामुळे मागे उरतात त्या वाईट भावना.

हा मानवी स्वभाव आहे.

त्यामुळे जिंकणं किंवा हरणं यांच्याशी असलेली ही बांधिलकी किंवा त्यांना चिकटून बसणं सोडून देण्याची हीच ती वेळ नाही का?

एक झेनगो अशी की, 'जरी कितीही जोरदार वारे वाहिले, तरी अजिबात हलू नका.'

आयुष्यात अनेक वारे आपल्याला प्रभावित करतात. त्यांचा आपल्यावर परिणाम होतो. कधीकधी आपल्या फायद्याच्या दृष्टीने वाहणारे वारे असतात, तर कधीकधी विरुद्ध दिशेने जाणारे वारे जोराने वाहत असतात. पण जर या दोन्ही प्रकारच्या वाऱ्यांमध्ये आपण अचल राहिलो, तर आपण दोन्हींचा स्वीकार करू शकतो.

जेव्हा आपली कामगिरी आपल्या सहकाऱ्यांपेक्षा अधिक चांगली असेल, तेव्हा तो आपल्या बाजूने वाहणाऱ्या वाऱ्यासारखा वाटेल. पण जेव्हा आपण आपल्या सहकाऱ्यांपेक्षा मागे राहू, तेव्हा आपण आपल्या विरोधातले वारे अनुभवू. तरीही, हे 'जिंकणं' किंवा 'हरणं' यांपैकी काहीही नाही.

अधूनमधून येणाऱ्या वाऱ्यांचे हे केवळ झोत आहेत. आपण त्यांच्याकडे निसर्गाचा किंवा प्रकृतीचा एक भाग म्हणून पाहायला पाहिजे.

असं करणं म्हणजे या परिस्थितींना सच्चेपणाने सामोरं जाणं.

याचा अर्थ असा की, इतर कुणाच्यातरी दृष्टिकोनातून आणि नजरेतून पाहण्यापेक्षा, आपण आपल्या आत पाहायला हवं. आपल्या अंतःकरणात, मनामध्ये.

''त्या प्रकल्पात तुम्हाला जितकं देता आलं असतं, तितकं तुम्ही दिलं का?''

''त्या एका पातळीवर तुम्ही सगळं काही सोडून दिलं, पण तुम्ही त्याहून अधिक करू शकला असतात, असं तुम्हाला वाटत नाही का?''

अर्थात, अशाही काही वेळा असतील जेव्हा तुम्ही प्रामाणिकपणे म्हणू शकता की, मी सर्व काही दिलं, मी माझी सगळी शक्ती पणाला लावली. जेव्हा तुम्ही प्रामाणिकपणे असं म्हणू शकाल की, मी मनापासून सर्वोतोपरी प्रयत्न केले, तेव्हा ते पुरेसं आहे.

आणि त्या वेळी तुम्ही जे काही काम केलं, त्याबद्दल तुम्हाला समाधान वाटेल.

समाधानाची ही जाणीव होणं हे फार महत्त्वाचं आहे. निदान मला तरी तसं वाटतं.

कारण जोपर्यंत तुम्ही समाधानी आहात, तोपर्यंत तुम्ही जो परिणाम होईल अथवा जे घडेल ते शांतपणे स्वीकारू शकता, मग तो काही का असेना. वारे कसेही का वाहेना, तुम्ही तुमची संतुष्ट, तृप्तावस्था कायम ठेवू शकता.

त्यामुळे तुमची दृष्टी बाहेरून आतमध्ये वळवा.

मग पाहा, लवकरच विजय किंवा पराजयाच्या सगळ्या खाणाखुणा पुसट होतील.

१९

हळूहळू आणि सातत्याने पुढे जा

इतरांच्या गुणांबद्दल मत्सर वाटण्याआधीच हे करा

''इथे मी एकाच प्रकल्पावर गुलामासारखा राब-राब राबतोय, आणि तिथे तो एकामागोमाग एक नव्या कल्पना बाहेर काढतो आहे, जणूकाही ते अगदीच सोपं असावं!''

''माझा सेल्सचा कोटा भरण्यासाठी मला खूप प्रयत्न करावे लागतात. पण तिला एवढं सोपं कसं काय जातं?''

मी हे पैजेवर सांगतो की, वरील वाक्यं अनेकांना परिचयाची वाटतील. कधीकधी, एका बिंदूपाशी आपण सगळे जण इतरांच्या गुणांमुळे दिपून जातो.

पण मत्सराने तुम्हाला काहीही प्राप्त होत नाही. त्यामुळे मत्सरी होण्यापेक्षा तुम्ही आणखी एक गोष्ट करायला पाहिजे.

चिकाटीने काम करणं शिका आणि तुमचं काम सर्वोत्तम क्षमतेने, स्थिरचित्त राहून आणि शांतपणे करा. ही सवय लावून घेतल्याने तुमच्या क्षमता अधिकाधिक वाढतील. मी अशा प्रकारे याकडे पाहतो.

बौद्ध तत्त्वज्ञानात एखादी गोष्ट पुन्हा पुन्हा करणं याला फार महत्त्व आहे. तो अर्क आहे जणू. सियूचू अर्थात प्रशिक्षणाच्या काळामध्ये आम्हा बौद्ध भिक्खूंना दिवसांमागून दिवस प्रचंड कष्ट करावे लागतात. हे प्रशिक्षण साधारणतः शंभर दिवस चालतं. भिक्खू त्या त्या गोष्टी रोजच्या रोज करतात. झॅझेनला बसणं, सूत्रपठण करणं, रोजची कामं करणं. आणि मग हा सगळा सवयीचा भाग होतो. याचा आणखी एक अर्थ असा की, शरीर शिकतं आणि लक्षात ठेवतं.

जरी समजा एखाद्या भिक्खूला अंतःप्रेरणेने बौद्ध ग्रंथांचं ज्ञान आहे, आणि त्याने आवश्यक ते प्रयत्न करण्याकडे दुर्लक्ष केलं, तर मग तो त्याच्या प्रशिक्षणात यशस्वी होत नाही – तो प्रबुद्ध होण्याच्या, आत्मजागृतीच्या मार्गावर चालत नाही.

अनेक रेकॉर्ड्स आपल्या नावावर असलेला बेसबॉल खेळाडू, इचिरो सुझूकी म्हणाला होता, ‘‘प्रतिभाशाली व्यक्ती प्रयत्नांशिवाय यशस्वी होऊ शकत नाही. ही व्यक्ती यशस्वी होण्यामागचं कारणच मुळी प्रयत्न असतं, असं मला वाटतं. बेसबॉलचा बॉल मारण्याच्या माझ्या क्षमतेला प्रयत्न, सराव लागत नाही असा ज्यांचा समज आहे ते चुकीचे आहेत.’’

प्रचंड गुणवत्ता असलेला इचिरोसारखा व्यावसायिक खेळाडू असं म्हणतो की, प्रयत्न केल्याशिवाय तुम्ही प्रतिभाशाली होऊ शकत नाही.

तुम्हाला इचिरो किंवा त्याहून जास्त दैवी देणगी मिळालेली असू शकते, पण त्याचा वापर करण्यासाठी तुम्ही काही केलं नाही, तर मग तुमचे गुण कधीही फुलून येणार नाहीत. क्षमतेपेक्षा प्रयत्न करणं हे जास्त महत्त्वाचं.

अशीच आणखी एक झेन गुरू क्योजेन चिकान यांची एक बौद्ध-कथा आहे. ते तांग राजवटीच्या काळात कार्यरत होते. धर्मोपदेशक म्हणून काम करण्याआधीच, विद्वान आणि बुद्धिमान म्हणून त्यांची ख्याती झाली

होती. पण त्यांच्या गुरूंनी विचारलेल्या एका कूट प्रश्नाचं उत्तर देताना त्यांची भंबेरी उडाली.

त्यामुळे चिकान यांना प्रचंड दुःख झालं. ज्ञानाबद्दलचं आपलं पछाडलेपण लक्षात आल्यावर त्यांनी त्यांची झेनवरील सर्व पुस्तकं जाळून टाकली. त्यानंतर त्यांनी स्वतःला झेन गुरू नान्यो ईचू यांच्या कबरीची देखभाल करण्याच्या कामात समर्पित केलं. नान्यो शंभर वर्षं जगले होते.

दररोज ते काय करायचे, तर दिवसभर गुरूंची कबर साफसूफ करायचे. एक दिवस ते झाडलोट करत असताना, त्यांच्या झाडूमुळे फरशीची एक कपची उडाली आणि बांबूच्या झाडात जाऊन अडकली. त्यामुळे विचित्रसा, 'क्लिंक' असा आवाज होऊ लागला. तो आवाज ऐकून, क्योजेन झेनजींना साक्षात्कार झाला.

आणि इथे आपल्याला कठोर प्रयत्न, काळजीपूर्वक काम करत राहण्याचं महत्त्व समजतं. तेच ते काम हळूहळू आणि सातत्याने करत राहणं.

गुण तुमच्यामध्ये मुळात असू शकतात. पण तुमच्याकडे दुसऱ्या कुणासारखी तरी दैवी देणगी असावी किंवा आणखी कुणाचीतरी क्षमता तुम्हाला मिळावी असं वाटणं, तशी इच्छा होणं काही चांगलं नव्हे. उलट, आपण किती प्रयत्न करतो हे जाणून त्यानुसार निश्चयाने काम करणं हे आपल्या प्रत्येकावर अवलंबून आहे.

सेल्स विभागात उत्तम कामगिरी करणाऱ्याकडे लक्ष देऊ नका. उलट, तुम्ही सकाळी कामाला सुरुवात कराल, तेव्हा रोज हळूहळू आणि सातत्याने, चिकाटीने ग्राहकांना अर्थपूर्ण ईमेल करा. त्यांच्याशी काही विचार किंवा माहिती शेअर करा.

असं शंभर दिवस करा, आणि मग कदाचित तुम्हालाही 'क्लिंक' असा आवाज ऐकू येईल. आणि तुम्ही तुमचा कोटा सहजी भरून काढून त्याहून पुढे जाल.

२०

कृतज्ञता ठेवा

तुम्ही एकटे कोणाच्याही मदतीशिवाय फार
काही साध्य करू शकत नाही.

जपानी लोकांमध्ये 'ओकागेसामा' अशी संज्ञा बरेचदा वापरली जाते. त्याचा शब्दशः अर्थ असा – 'देवांचं कृपाछत्र किंवा सावली.' पण बरेचदा हा शब्द कृतज्ञता व्यक्त करण्यासाठी वापरला जातो.

पारंपरिकरीत्या जपानी लोक आभार मानण्याला आणि कृतज्ञतेला फार महत्त्व देतात. देशाचा कणा असलेला शेती व्यवसाय करताना सहकार हे मूलतत्त्व होतं. जपानचा इतिहास नीट अभ्यासला, तर आपल्याला असं आढळतं की, शेतं आणि भाताची खाचरं एकत्रित प्रयत्नांमधून राखली जायची आणि त्यांची देखभालही एकत्रितरीत्या केली जायची. तुमच्याकडे मनुष्यबळाची कमतरता असेल, तर शेजारचे लोक मदतीला यायचे. या साध्यासुध्या गोष्टी नेहमी आचरणात आणल्या जायच्या.

यामध्ये कृतज्ञतेची आणि मदत करण्याची भावना दडलेली आहे. पण ही जाणीव आता हळूहळू हरवते आहे आणि आता असं दिसतं की,

समाज हा जास्तीतजास्त स्वार्थी झालेला आहे. त्याला केवळ स्वतःच्या फायद्यांमध्येच रस असतो.

व्यावसायिक जगामध्ये हे कदाचित जास्त दिसून येत असेल. पूर्वी लोकांचा काम करतानाचा दृष्टिकोन हा सांघिकपणे, मिळूनमिसळून काम करणं, ज्यामध्ये प्रत्येकाने स्वतःचं पद सांभाळून आपल्या क्षमता दर्शवायच्या अशा प्रकारचं होतं. पण आता हा दृष्टिकोन पूर्णतः बाजूला पडला असून त्याऐवजी परिणामांवर आधारित व्यवस्थेचा मोठा प्रभाव पडलेला दिसतो.

"माझी कामगिरी सुधारणं हे माझं सर्वांत महत्त्वाचं प्राधान्य आहे."

"मी माझे आकडे कसे वाढतील, हे पाहतो."

अशा प्रकारचा विचार करण्यामुळे आपण व्यक्तिवादाकडे आणि स्वकेंद्रिततेकडे वेगाने जातो. याचा परिणाम असा की, अशा प्रकारची कार्यसंस्कृती निर्माण होते, ज्यामध्ये, जोपर्यंत तुम्हाला वैयक्तिक यश मिळतं आहे तोपर्यंत इतरांना बाजूला टाकणं किंवा प्रतिस्पर्ध्यांशी दगाबाजी करणं याला आपोआपच मान्यता मिळते.

तरीही, मी याआधीही सांगितलं आहे की, ओकागेसामा किंवा कृतज्ञता हा जपानी लोकांचा वारसा आहे.

११ मार्च २०११ रोजी जपानला त्सुनामीचा फटका बसला, त्यामध्ये अनेक गावं, शहरं उद्ध्वस्त झाली. १० हजारांहून अधिक लोक बेपत्ता झाले आणि अनेकांचे रोजगार नष्ट झाले. आणि तरीही अनेक लोकांनी बचावासाठी आलेल्या पथकांचे आभार मानले.

जगामध्ये अजूनही चांगलं घडतं.

झेन विचारांमध्ये परस्पर सहभाव (जगा आणि जगू द्या) या संकल्पनेचा विचार करण्यात आला आहे. म्हणजे अशा कृती करणं ज्यांचा फायदा तुम्हाला आणि इतरांनाही होईल. परिणामी सगळ्यांना नीट जगता येईल.

'ओकागेसामा' हा मूळ शब्द 'आपले पूर्वज' या अर्थी वापरला जायचा. आपल्या सोबत नसलेल्या लोकांमुळे आपण अस्तित्वात आहोत आणि ते आपलं संरक्षण करण्यासाठी आहेत, असा त्याचा अर्थ सांगता येतो. जेव्हा आपण 'ओकागेसामा' असं म्हणतो, तेव्हा आपण या आश्रयाप्रति, किंवा संरक्षणाप्रति कृतज्ञता व्यक्त करतो.

तुम्ही स्वतंत्र्यरीत्या अस्तित्वात असता, असं तुम्हाला वाटू शकतं. पण आपल्या सगळ्यांना आईवडील, आजी-आजोबा असतात. आणि त्यांनाही प्रत्येकी दोन पालक असतातच.

तुम्ही तुमच्या दहा पिढ्या मागे गेलात, तर तुम्हाला १०२४ पूर्वज असतात, वीस पिढ्या मागे गेलात तर मग लाखाहून अधिक.

यांपैकी केवळ एखादा जरी पूर्वज बाजूला काढला, तरी आपण आज इथे नसू. आपण आज जिवंत आहोत, याचं कारण त्यांना टिकून राहता आलं. जेव्हा तुम्ही अशा प्रकारे विचार करता, तेव्हा तुम्हाला दुसरातिसरा असा कोणताही विचार न करता, असं जाणवतं की, तुम्ही इथे केवळ स्वतःचे आभार मानण्यापुरते नाही आहात, तर तुम्ही तुमच्या पूर्वजांचं ऋण मान्य केलं पाहिजे.

कामाच्या बाबतीतही हेच लागू होतं. तुम्हाला तुम्ही कितीही समर्थ, क्षमतावान वाटत असलात, तरीही तुम्ही स्वतः एकटे जे काही मिळवू शकता, त्याला निसर्गतःच काही मर्यादा आहेत.

केवळ स्वतःच्या यशावर एककल्ली लक्ष केंद्रित केल्यामुळे तुम्ही कधीही मोठ्या पटावरचं यश प्राप्त करू शकत नाही. कधी ना कधी एखादं असं काम हाती येतं जे तुम्ही एकट्याने करू शकत नाही आणि मग तुम्हाला स्वार्थी असण्यातला तोटा लक्षात येतो. जेव्हा असं घडतं, तेव्हा ते भिंतीवर डोकं आपटण्यासारखं असतं.

तुम्ही कोणतंही काम करत असलात तरी ते इतरांच्या साहाय्याने होतं, यासाठी त्यांच्याबद्दल कृतज्ञ राहायला शिका. किंवा एखादं डील तुम्ही मिळवलंत, तरी ते केवळ तुमच्या कष्टांचं फळ नसतं. बोलणी करण्यासाठी आवश्यक त्या गोष्टी, माहिती आदी तयारी करण्यासाठी तुम्हाला इतरांनी मदत केलेली नसते का? कदाचित ज्याला कम्प्यूटर चांगला येतो, त्याने तुम्हाला प्रेझेन्टेशन करण्यात मदत केली असेल. किंवा कोणीतरी फोन करून तुम्ही ज्या ग्राहकाशी बोलणी करायला जाणार असाल त्याचे निरोप घेतले असतील. जेव्हा तुमचा ग्राहक तुमच्या कार्यालयात आला असेल, तेव्हा तुम्हाला चहा देणाऱ्या व्यक्तीचं काय?

ते डील मिळवण्यात या सगळ्या लोकांचा सहभाग आहे, त्या सगळ्यांचे आभार मानले पाहिजेत. जेव्हा तुम्ही इतरांबद्दल कृतज्ञता व्यक्त करायला शिकाल, तेव्हा तुमच्या सगळ्या कामांमध्ये, मोहिमांमध्ये आजूबाजूचे लोक तुम्हाला हसत हसत मदत करायला तयार असतील. आणि ज्याला कुणाला असा आधार, साहाय्य प्राप्त होईल तो मोठी ध्येयं साध्य करू शकेल.

२१

योग्य शब्द वापरा

शब्दांमध्ये प्रचंड ताकद असते

वाईट बातम्यांचा प्रसार वेगाने होतो, असं म्हटलं जातं. पण त्याबरोबरच गॉसिप्स - कुचाळक्या - आणि पाठीमागे बोलणंदेखील पटकन पसरतं.

कुचाळक्या आणि पाठीमागे बोलणं यांची नेहमीच एक किंमत मोजावी लागते.

तुम्ही एखाद्याबद्दल त्याच्यामागे बोलता किंवा इतरांबद्दल वाईटसाईट पसरवता, मग एक वेळ अशी येते की तुमच्या बाबतीतही असंच घडतं.

तेवढंच नाही, तर ज्या बॉसबद्दल तुम्ही तक्रार केलेली असते, त्याला तुम्ही त्याच्याबद्दल जे काही बोललात त्याची कुणकुण लागते आणि त्यामुळे तुमचे नातेसंबंध अवघडतात आणि तुमचं पद धोक्यात येण्याची शक्यता निर्माण होते.

झेनमध्ये आम्ही 'सहृदय वाणी'बद्दल बोलतो. आम्ही असा उपदेश देतो की, आपण एकमेकांशी प्रेमाने बोललं पाहिजे आणि इतरांशी जिव्हाळ्याने व्यक्त झालं पाहिजे.

'प्रेमळ शब्द सहृदय मनातून जन्मतात आणि सहृदय मनाची बीजं असतात करुणेमध्ये. आपण हे लक्षात घेतलं पाहिजे की, प्रेमळ शब्दांमध्ये जग बदलवण्याची क्षमता असते.'

डोजेन झेनजी यांच्या 'शोबोझेन्गो' या अप्रतिम पुस्तकातील हे वाक्य आहे. तुम्ही हे शब्द तुमच्या अंतःकरणात साठवून घ्याल अशी आशा आहे. म्हणजे तुम्ही इतरांशी प्रेमाने, सहृदयतेने बोलाल. आपल्या प्रेमळ शब्दांमध्ये स्वर्ग आणि पृथ्वी हलवण्याची क्षमता असते.

अर्थातच हेही खरंच की, गमतीत, मैत्रीमध्ये एकमेकांवर विनोद करण्यात काहीच चूक नाही. खरं तर, त्यामुळे ताणतणाव निवळतो आणि आपली मनःस्थिती हलकीफुलकी होते.

अर्थात, कुणीही १०० टक्के सर्वगुणसंपन्न नसतं. प्रत्येकामध्ये काहीतरी कमी-जास्त असतं. आणि त्यामुळे कोणीही १०० टक्के वाईटही नसतो.

तुमचा दृष्टिकोन बदला, आणि लोकांमधल्या चांगल्या गोष्टी शोधा. त्यांच्या वाईट गुणांना सुधारायचा प्रयत्न करा. त्यांची प्रसंशा करा. स्तुती केल्यावर बहुतांश लोक तुम्हालाही उलट वाईट बोलणार नाहीत आणि तेही तुमच्यावर चांगली टिप्पणी करतील.

पण याचा अर्थ असा नाही की, सोपा मार्ग निवडावा आणि तुम्ही दुसऱ्याची केवळ भाटगिरी करून त्याला खूश करू शकता असं समजावं. हा नियम क्रमांक एक आहे.

तुम्ही खरंच मनापासून बोलत नसाल, त्यात अर्थ नसेल, तर स्तुती अर्थहीन असते. एखाद्यामुळे तुम्ही का प्रभावित झालात, याचा नीट विचार तुम्ही केला पाहिजे. पण बहुतांश वेळा तुम्ही स्तुती करण्यात तेवढे चांगले नसता. ग्योथं म्हणतो, "बदनामी करण्याला काहीच अंत का नसतो? लोकांना असं वाटतं की, त्यांनी इतर लोकांबद्दल जरासं जरी चांगलं काही बोललं तर त्यांची स्वतःची प्रतिष्ठा कमी होऊ लागते."

कुणाचीतरी स्तुती केल्यामुळे तुमचं काहीतरी हिरावलं जातं, असं वाटणं हे लज्जास्पद आहे, पण अनेक लोकांना असं वाटतं हेही तितकंच खरं आहे.

ज्या नात्यांमध्ये खरीखुरी स्तुती केली जाते, ज्यांमध्ये दोन्ही लोक एकमेकांची शक्तिस्थळं जाणून असतात, ते नातं आध्यात्मिकदृष्ट्या समृद्ध असतं.

या विचित्र मानसिक विकृतीला आणि गर्विष्ठपणाला आपण जरा बाजूला ठेवू या.

चिनी इतिहासकार सायमा क्युआन म्हणतात, ''मैत्रीचं नातं तुटलं तरी बुद्धिमान माणूस कधीही निंदानालस्ती व चिखलफेक करत नाही.''

किती चांगलं, प्रसंशनीय आहे हे. मी माझ्या पुढ्यात हे ध्येय ठेवलं आहे.

२२

तरुणांना नेतृत्व करू द्या

तुमची पाळी लवकरच येईल

व्यवसायात असलेली बहुतांश माणसं असं म्हणतील की, अग्रस्थानी राहण्याला खूप महत्त्व असतं.

अर्थात, हे कामावर अवलंबून असतं. तसंच कामाच्या प्रकारानुसारही ते बदलतं. पण काही असलं तरी यातली मुख्य कल्पना तीच आहे – तुमचं अस्तित्व किंवा वावर ठळकपणे लक्षात येईल हे पाहिलं पाहिजे.

तंत्रज्ञानात्मक शोधाचा वेग लक्षात घेतल्यास, असं दिसतं की, व्यावसायिक साधनं सातत्याने उत्क्रांत होत राहतील आणि एकामागून एक नवी साधनं सतत येत राहतील.

अग्रस्थानी राहण्यासाठी तुम्ही कोणत्या प्रकारचं काम करता याबरोबरच तंत्रज्ञानासोबत जुळवून घेणं ही बाबही फार महत्त्वाची ठरते.

पण 'डिजिटल जगा'त न राहणाऱ्या लोकांसाठी मात्र ही बाब जरा अडचणीची ठरू शकते.

जेव्हा वैयक्तिक कम्प्यूटर्सचा वापर पहिल्यांदा करण्यास सुरुवात झाली, तेव्हा काही मध्यम वयीन आणि मोठ्या वयाच्या कर्मचाऱ्यांना

त्याच्याशी जुळवून घेणं कठीण गेलं. त्यामुळे ते तणावग्रस्त झाले आणि त्यांना मानसिक आजारांनी ग्रासलं. या स्थितीला नावही देण्यात आलं – 'टेक्नो ॲन्झायटी'. तंत्रज्ञान चिंता.

पण तुमच्या निष्णाततेबद्दल बढाया मारणं, हा तुमचा वावर अग्रस्थानी आहे हे दाखवण्याचा योग्य मार्ग नव्हे. जर तुमच्या हाताखाली विशिष्ट कौशल्यं असलेले काही 'स्टार खेळाडू' असतील, तर त्यांना योग्य काम देण्याने फायदे होतात. त्या कामासाठी आवश्यक असलेली कौशल्यं तुमच्याकडे नसतात, तुम्ही ती असणाऱ्यांना तुमच्या टीममध्ये घेऊ शकता.

लोकांना नेतृत्व करायला लावून, तुम्ही इतरांना प्रशिक्षित करू शकता आणि उद्देश किंवा लक्ष्यं पूर्ण करणाऱ्या टीम्स बनवू शकता. माझ्या मते यातून तुम्ही दोन्ही गोष्टी साध्य करता – एक, तुमचं कामही होतं आणि दुसरं, तुम्ही यामधून तुमच्या व्यावसायिक जगात तुमचा ठळक, स्पष्ट असा वावरही दर्शवता.

अग्रस्थानी राहण्यापासून माघार घेणं हे धाडसाचं असतं. पण तुम्ही अग्रस्थानी असलेल्यांना तुमच्या अनुभवाच्या आधारे सल्ला देऊ शकता, त्याबरोबर टीमची प्रगती कशी चालू आहे यावर लक्ष ठेवून आवश्यक वाटल्यास दिशाबदल करू शकता. यामधून आपोआपच तुमचा ठळक वावर दाखवून देण्याची संधी तुम्हाला प्राप्त होते.

झेनमध्ये 'कान्कोसुई' असा शब्द आहे. ज्याचा अर्थ होतो, 'जुनं दाभण.'

म्हणजे असं दाभण ज्याचं टोक घासून घासून बोथट झालं आहे. त्यामुळे ते कामाचं राहिलेलं नाही. नवंकोरं तीक्ष्ण टोक असलेलं दाभण पटकन आणि सहज भोक पाडू शकतं. पण त्यामुळे इजादेखील होऊ शकते.

तुम्हाला जर भोकं पाडायची असतील, तर जुनं, बोथट दाभण काही कामाचं नाही. त्याचा वापर अव्यवहार्य असेल. पण एक लक्षात ठेवा की,

त्यामुळे कुणाला इजादेखील होणार नाही आणि ते स्वतःचं असं विशिष्ट सौंदर्य टिकवून असेल.

जसजसे लोक म्हातारे होतात, तसतसे ते तीक्ष्ण, धारदार राहत नाहीत. त्यांना पटकन नवी कौशल्यं शिकणं अडचणीचं जात असेल. पण इतक्या वर्षांचे विविध अनुभव आणि खोली मात्र त्यांच्यापाशी असेल.

कमी अनुभव असलेले लोक कठीण किंवा किचकट बोलणी किती सहज हाताळू शकतात? ते गोंधळात टाकणाऱ्या परिस्थितीत युक्तीने डावपेच खेळू शकतात का? अशा परिस्थितींमध्ये अनुभवसिद्ध लोकांचीच जास्त गरज असते.

अशा वेळीच जुनं दाभण कामी येतं.

'माझ्या अनुभवानुसार...' वेळ न दवडता तुम्ही असं म्हणून शकता. कारण तुमची पाळी येण्याची वाट तुम्ही पाहिलेली असते.

जुनं दाभण अधिक चांगली कौशल्यं प्रदर्शित करू शकतं, ज्यांना प्रगल्भतेची जोड मिळालेली असेल.

२३

परिस्थितीचा स्वीकार करा, मग ती कशीही का असेना

परिस्थिती फायद्याची असो किंवा तोट्याची, ती स्वीकारा.

"काय? बदली? तेही एका दूरच्या सेल्स कार्यालयात? मीच का?"

"माझ्याच बाबतीत असं का घडतं?"

अनपेक्षित परिस्थितीला सामोरं जाणाऱ्या कोणत्याही माणसाची प्रतिक्रिया साधारणतः अशीच असते.

दूरच्या ठिकाणी बदली होणं यासारखा जरी फार मोठा बदल नसला, तरी काही जण कदाचित वेगळ्या विभागात काम करत अडकून पडलेले असू शकतात. काही जण सेल्स विभागात अडकून पडतात किंवा काहींना डावपेचात्मक नियोजनात काम करायचं असतं पण ते अडकून पडतात अकाउंटिंगमध्ये. अशा प्रसंगांमुळे राग आणि वेदना यांचा जन्म होतो.

आपल्या आयुष्यातील परिस्थिती नेहमीच बदलत असते.

आणि आर्थिकदृष्ट्या अवघड परिस्थितीमध्ये, आपली कामाची परिस्थिती तर खासकरून मोठ्या बदलांना सामोरी जाते. पण हे अपेक्षित असतं.

'सगळ्या गोष्टींमधून गेलं पाहिजे' हा वाक्प्रचार बऱ्याच जणांना माहीत आहे. तो बौद्ध तत्त्वज्ञानातून आलेला आहे.

त्याचा अर्थ असा की, जगातली प्रत्येक गोष्ट बदलत असते, जगात काहीही एक क्षणासाठीदेखील जसंच्या तसं राहत नाही. आपण कायमस्वरूपी बदलातून जात असतो.

असं म्हणताना, बरेचदा असं होतं की, आपण चांगले बदल लगेच स्वीकारतो आणि वाईट बदल स्वीकारणं आपल्याला जड जातं.

पण आपल्याला कितीही निरुत्साही वाटलं किंवा कितीही राग आला, दुःख झालं तरीही परिस्थिती मात्र बदलणार नसते हे वास्तव असतं. उलट, त्यामधून नकारात्मक भावना वाढीस लागतात, त्यामधून खालच्या पातळीला नेणाऱ्या रागाची आणि दुःखाची चक्रं निर्माण होतात आणि आपण मानसिकदृष्ट्या एका 'डेड एंड'कडे जाऊ लागतो.

विचार करण्याचा हा योग्य मार्ग नव्हे.

परिस्थिती कशीही असू दे, आपण त्यामधून फायदे मिळवण्यास समर्थ असतो - त्यामधून तुम्हाला जो अनुभव मिळतो, तो भविष्यात स्प्रिंगबोर्डसारखा ठरू शकतो, तुम्ही प्रगतीकडे जाऊ शकता, त्या मार्गात हा अनुभव तुम्हाला बरंच काही शिकवू शकतो...

पॅनासॉनिकचे संस्थापक कोनोसुके मात्सुशिता म्हणाले होते, "परिस्थिती तुमच्या बाजूची असेल, किंवा विरोधातली असेल, महत्त्वाचं असतं ते त्यामधून तावूनसुलाखून सन्मानाने बाहेर पडणं."

खरोखरच किती शहाणपणाचा विचार आहे हा.

जेव्हा तुम्ही सन्मानाने जगता, तेव्हा खरं तर चांगली किंवा वाईट परिस्थिती असं काही नसतं.

मग तुम्ही जिथे असाल तिथे स्वतःला पूर्णपणे स्वीकारण्यावाचून बाकी काही करू शकत नाही.

तुम्हाला दूरच्या सेल्स कार्यालयामध्ये जावं लागलं, तर नातेसंबंधांचं जाळं विणण्यासाठी ती एक चांगली संधी आहे असा विचार करा. तुम्ही लोकांशी संबंध प्रस्थापित करण्यावर सर्वांत जास्त लक्ष केंद्रित करा आणि प्रत्येक ग्राहकाकडे मनापासून लक्ष द्या. यामुळे तुमचा दृष्टिकोनही बदलण्यास मदत होईल.

तुम्ही कोणत्याही उद्योग-व्यवसायात असा, विविध लोकांशी विश्वासाच्या आधारावर असलेलं नातं हे शक्तिशाली साधन असतं आणि त्याबरोबर ती मूल्यवान संपत्तीही असते.

त्याचबरोबर, अकाउंटिंगमध्ये कष्टाने काम केल्यास आणि बुककीपिंगचा अनुभव गोळा केल्यास, त्याचा फायदा तुम्हाला भविष्यात होणार नाही का? अकाउंटिंगचं भरपूर ज्ञान असेल तर त्याचा फायदा व्यावसायिक योजनांमध्ये होते. दीर्घ काळासाठी हे तुमच्या फायद्याचंच ठरतं.

झेनमध्ये आम्ही म्हणतो, ''प्रत्येक दिवस चांगला दिवस असतो.''

याचा अर्थ असा नाही की, आयुष्य चांगल्या दिवसांनी भरलेलं असतं. कधीकधी उन्हाचे दिवस असतात आणि कधीकधी पावसाचे. कधीकधी कोवळ्या सूर्यप्रकाशात तुम्हाला न्हाता येतं आणि कधीतरी मात्र थंडगार वाऱ्यांचा सामना करावा लागतो. पण काही झालं तरी तो दिवस जगल्यामुळे तुम्हाला मौलिक असा अनुभव प्राप्त होतो आणि तुमच्या अस्तित्वासाठी ते अत्यंत महत्त्वाचं ठरतं. या वाक्याचं झेन अर्थांतरण असं

की, प्रत्येक दिवस महत्त्वाचा आहे आणि त्यामुळे तो चांगला आहे असं म्हणणं नेहमीच चांगलं ठरतं.

तुमच्या परिस्थितींचा प्रभाव तुमच्या आयुष्यावर पडायला नको.

तुम्ही तुमच्या परिस्थितींकडे कसे पाहता, त्याचा कसा स्वीकार करता यावर तुम्ही कसं आयुष्य जगता हे ठरेल.

२४

आजच्या गोष्टी आज करा

हेच आहे बंधनमुक्त जाणिवेत जगण्याचं गुपित

''मी कामात आहे.''

''माझ्याकडे वेळच नाहीये पुरेसा.''

''मला नेहमी घडाळ्याच्या काट्याशी स्पर्धा करावी लागते.''

अनेक व्यावसायिक मंडळींना असं वाटत असतं.

अनेक समाजांमध्ये, जास्त काम करणं हे अगदी सर्वसामान्य असतं आणि बरेचदा काम करण्यासाठी पुरेसा वेळ नसल्याचं त्यांना वाटतं.

अपरिहार्यपणे, त्यामुळे काम पूर्ण होत नाही आणि तुम्ही आपोआपच वेळेचा अनादर करणारे होता किंवा त्याबद्दल असा दृष्टिकोन ठेवणारे होता.

''आजच झालं पाहिजे असं काहीही नाहीये, त्यामुळे मी ते उद्या करेन किंवा कुणास ठाऊक कधी...''

पण यामुळे तर आपण वेळेने आणखीच बांधले गेलो आहोत, असं वाटतं. ज्या गोष्टी आजच करणं गरजेचं आहे, त्या गोष्टी उद्यावर ढकलल्या तर मग उद्याचा दिवस आणखीनच बांधील रूपाने समोर येतो.

जेव्हा अशा प्रकारच्या गोष्टी पुन्हा पुन्हा घडतात, तेव्हा तुम्ही वेळेच्या मागे पडता. तुम्हाला वेळ पुरेनासा होतो. हळूहळू त्यामुळे तुमचं मानसिक अवकाश व्यापलं जातं, संपतं आणि तुमचा संयम संपून तुम्ही चिडचिडे व्हायला लागता.

'वेळ आणि लाट कुणाहीसाठी थांबत नाही.' ही म्हण तुम्ही ऐकली असेलच.

वेळ लोकांची वेळापत्रकं सामावून घेत नाही आणि लाट अशीच घुसते, आपल्याला भिजवून जाते.

बौद्ध तत्त्वज्ञानातील अनिश्चिततेच्या सिद्धान्ताशी हे मिळतंजुळतं आहे.

जगातलं काहीही क्षणभरही जसंच्या तसं राहत नाही; प्रत्येक गोष्ट बदलत असते. काळ नेहमी पुढे जात राहतो आणि तो पुन्हा मागे येत नाही.

हे फार उघड, सामान्य वाटेल, पण ही उघड गोष्टच जागरूतकेच्या पलीकडे नेते. हे कायम तुमच्या मनात ठेवा. ते आवश्यक आहे.

आज ज्या गोष्टी करणं आवश्यक आहे, त्या करा. घड्याळाशी स्पर्धा टाळण्यासाठी किंवा वेळेपासून सुटका करून घेण्यासाठी यासारखी चांगली युक्ती नाही.

झेन तत्त्वज्ञानामधल्या 'रिन्झाई' शाखेची पुनर्स्थापना हाकूईन एकाकू यांनी केली. हाकूईन झेनजी यांचे गुरू होते डोक्यो ईतान. ते शोजू आश्रमाचे वृद्ध तपस्वी म्हणून ओळखले जायचे. डोक्यो यांच्या कठोर शिकवणीअंतर्गत हाकूईन झेनजींना बुद्धत्व प्राप्त झालं. डोक्यो ईतान यांचे शब्द असे, "गंभीर गोष्टींना केवळ आजच्या दिवशीच अर्थ असतो."

याचा अर्थ असा की, सर्वांत महत्त्वाचा गोष्टी आहेत त्या आत्ता इथे – केवळ इथे. म्हणजेच शुद्ध मनाने प्रत्येक क्षणामध्ये जगा.

शुद्ध मनाने प्रत्येक क्षणामध्ये जगा, याचा अर्थ असा की, ज्या गोष्टी करायला पाहिजेत त्याच गोष्टी करा.

डोक्यो ईतान यांची आणखी एक शिकवण अशी की, गोष्टी कितीही त्रासदायक असल्यातरी त्या आपण आजच केल्या पाहिजेत. त्याशिवाय दुसरी कोणतीही योग्य वेळ नाही. ती आत्ताच असते. अशा प्रकारे त्यावर मात करा. जेव्हा आपण इतर गोष्टी उद्यावर ढकलतो, तेव्हा कठीण गोष्टी आणखी कठीण होतात.

वेळकाढूपणा केल्याने तुम्ही त्या गोष्टी करणं संपत नसतं. तुम्हाला त्या पुढे कधीतरी कराव्या लागणार असतात. आणि मग तुमचा वेळ आणखी कमी कमी होत जातो.

किती वेळखाऊ किंवा सोपं आहे यावरून तुमचं काम ठरवू नका - ते काम पद्धतशीररीत्या पूर्ण करा. माझी स्वतःची अशी पद्धत आहे.

मी एका बौद्ध मंदिराचा मुख्य धर्मगुरू आहे. त्यामुळे मला कधीही अंत्यविधीसाठी बोलावणी येतात. अर्थात, ही बोलावणी सगळ्यांत महत्त्वाची असतात. त्या काळात इतर कोणतंही दुसरं काम करणं शक्य नसतं. अर्ध्यामुर्ध्या अवस्थेत गोष्टी मध्येच सोडून दिल्याने, सगळी घडी विस्कळीत होते. कारण जेव्हा प्रवाह विखंडित होतो तेव्हा तो पुन्हा मार्गावर आणणं कठीण होऊन बसतं.

त्यामुळे मी जेव्हा एखाद्या दीर्घकालीन प्रकल्पावर काम करतो, तेव्हा मी स्वतःला सांगतो, ‘‘मी आज एवढं काम करीन.’’ आणि मग मीच माझ्या समोर ठेवलेलं जे काही लक्ष्य असेल ते पूर्ण करतोच.

मी प्रमुख तर आहेच, पण मी एका झेन बागेचा डिझाइनरही आहे, मी पुस्तकंही लिहितो, मी विद्यापीठांमध्ये शिकवतो... त्यामुळे माझ्या कामाच्या यादीत वेगवेगळ्या गोष्टी असतात. लोक बरेचदा मला म्हणतात,

''चोवीस तास पुरेसे नसतात.'' पण मला कधीही तसं वाटत नाही. मी वेळेच्या खाली दबलेला आहे असं मला वाटत नाही.

त्यामुळे, आजच्या गोष्टी आजच करा.

आता, तुमच्या पुढ्यात असलेलं काम पूर्ण करा.

२५

पळ काढू नका

अपयश आलं, याचा अर्थ सगळं
काही संपलं असं नव्हे

अपयश कुणालाच आवडत नाही. पण कामामध्ये अपयशाच्या भीतीने धोका न पत्करण्याची भूमिका घेतली जाऊ शकते. त्यामुळे नवी आव्हानं स्वीकारण्याच्या तुमच्या इच्छाशक्तीला आळा बसतो आणि तुम्ही 'सुरक्षित' राहण्याला प्राधान्य देता. त्यामुळे तुम्ही पुढे जाण्याच्या गतीला खीळ घालता, तसंच वाढण्याच्या संधी दवडता.

झेप घेण्याआधी एकदा मागे पाहा, असं म्हटलं जातं. पण तुम्ही मागे पाहून झेप घेतली नाही किंवा तुम्ही उडी मारण्यापर्यंत स्वतःला आणलं नाही, तर तुम्ही स्वतःला मागे रोखून धरता. अपयश हे टाळता येत नाही. आणि जर तुम्ही तुमचं अपयश झाकण्याचा प्रयत्न केला, तर तुम्ही लपवून ठेवण्याच्या वृत्तीचे होता, जे अपयशाहून वाईट असतं : एखादं लहानसं अपयश दडवण्यामुळे काहीतरी मोठं अपयश पुढ्यात येऊ शकतं.

परिस्थिती कशीही का असेना, सर्वांत चांगला प्रतिसाद असतो क्षमा मागण्याचा. तत्काळ आणि खुलेपणाने. तुम्ही अपयश कितीही दडवण्याचा

प्रयत्न केला, तरी त्याने तथ्यं काही बदलत नसतात. मग तुम्ही जेव्हा नव्याने सुरुवात करण्याचा प्रयत्न करता, तेव्हा तुमच्याकडे आधीच्या चुका सुधारण्यावाचून गत्यंतर नसतं.

अपयश सहजी स्वीकारणं अत्यंत आवश्यक असतं. कारण त्यामुळे, त्यात गुंतलेल्या सगळ्यांना आपण संपूर्ण परिस्थितीची माहिती दिली आहे याची जाणीव होते. अशा प्रकारे, जरी अपयश आलं, तरी जेव्हा ते प्रकाशात येतं, तेव्हा कुणालाही आपला यात काहीतरी हात होता असं वाटत नाही.

अपयशी होणं म्हणजे काही आयुष्य संपणं नव्हे. त्यामुळे अपमानित होण्याची एवढी आवश्यकता नाही. तीच गोष्ट पुन्हा होऊ नये असा तुम्ही पण केला तर काय होईल?

झेनमध्ये आम्ही म्हणतो, ''काहीच नसण्यातून सगळ्या गोष्टी येतात.'' याचा अर्थ प्रत्येक जण जन्मतो तेव्हा त्याच्याकडे काहीही नसतं. आणि ही आपली मूळ स्थिती असल्यामुळे, आपल्याला गोष्टी जोडून घेण्याचा तसा काही फायदा नसतो.

आपली नोकरी जाऊ नये असं वाटणं ही मनाची गुंतवणूक आहे. तुमची नोकरी गेली, तर तुम्हाला पोटापाण्याचा दुसरा काहीतरी मार्ग शोधावा लागेल, पण त्याची एवढी काळजी करण्याचं काही कारण नाही. कधीतरी ही स्थिती जाणार असते. अर्थात, कंपनीच्या प्रतिष्ठेला धक्का लावणं किंवा तिला पैशांचा भुर्दंड पडणं या वेगळ्या बाबी आहेत, पण एखाद-दोन चुकांनी काही कोणी तुम्हाला काढून टाकणार नाही.

जरी तसं झालं, तरी त्यामुळे तुम्ही जिथून सुरुवात केली तिथे तुम्ही परतत येता, तुमच्या काहीच नसण्याच्या मूळ स्थितीत. आणि पुन्हा सुरुवात करण्याची शक्ती सगळ्यांकडे असते.

कंपनी किंवा तुमच्या सद्य:स्थितीतल्या पदाशी असलेली तुमची गुंतवणूक तुम्ही बाजूला सारली, तर अपयशाला भिण्याचं तसं काही कारण नाही हे तुम्हाला समजेल. आणि तुम्ही कामाच्या ठिकाणी जास्त क्रियाशील राहू शकाल. तुम्ही कदाचित जास्त चांगल्या प्रकारे स्वतःला अभिव्यक्त कराल आणि तुमच्या क्षमता प्रदर्शित करू शकाल.

दिवाळखोरीत गेलेल्या जपान एअरलाइन्स ताब्यात घेऊन, तिची पुनर्रचना करणारे सीईओ काझूओ इनामोरीदेखील झेन धर्मगुरू होते. ते एकदा म्हणाले, ''अपयश असं काहीही नसतं. तुम्ही स्वतःला आव्हान देत राहिलात, तर तुम्ही अपयशी होऊ शकत नाही. तुम्ही जेव्हा हार मानता किंवा सोडून देता, तेव्हाच तुम्ही अपयशी होता.''

आपली मूळ स्थिती लक्षात ठेवणं आवश्यक आहे, 'काही नसण्यातून सगळं काही येतं.' अपयशाची भीती न बाळगता, तुम्ही स्वतःला आव्हान देत राहाल अशी आशा करतो.

२६

अधिक सहनशील व्हा

तुम्ही जसे आहात तसे राहा, आणि इतरांना त्यांच्यानुसार राहू द्या.

असं म्हणतात, ''जितकी जास्त माणसं, तितकी जास्त मनं.'' दहा लोकांच्या गटामध्ये तुम्हाला दहा वेगवेगळे गुण आणि मतं दिसून येतात.

आपल्या कामाच्या ठिकाणी, ऑफिसातही तुम्हाला हे दिसून येईल. तिथे आपण ज्या लोकांसोबत काम करतो, मग ते आपल्याहून वरिष्ठ असतील किंवा सहकारी असतील, प्रत्येकाचे गुण वेगवेगळे असतात आणि प्रत्येकाची मतंही भिन्न असतात. अर्थात त्यामुळे जीवनाकडे पाहण्याचे दृष्टिकोनही निरनिराळे असतात.

ज्या लोकांची जीवन जगण्याचं तत्त्वज्ञान किंवा पद्धत तुमच्यापेक्षा वेगळी असते, अशा लोकांमुळे कधीकधी वैतागून जायला होणं हे अगदी साहजिक आणि नैसर्गिक आहे.

उदाहरणार्थ, समजा कुणाचातरी व्यवस्थापक हा कुटुंबप्रेमी आहे. त्याच्याबद्दल ते तक्रार करू शकतात की, त्याला कुटुंबाला वेळ द्यायचा असल्याने तो ऑफिसातून लवकर निघतो, त्याच वेळी सगळे जण कष्टाने

काम करत असतात. त्याची ही वर्तणूक त्यांना व्यवस्थापकाकरता योग्य नाही असं वाटू शकतं.

आणखी एखादा व्यवस्थापक त्याच्या सहकाऱ्यांना मित्र-मैत्रिणींसोबत वेळ वाया घालवण्याबाबत झापत असेल. त्याला ते थिल्लर, क्षुल्लक वाटत असेल. त्याच्या मते त्यांनी भविष्याचा विचार करणं जास्त महत्त्वाचं असेल.

किंवा एखादा काटेकोर काम करणारा बॉस त्याच्या हाताखालच्या कामसू कर्मचाऱ्यांवर बारक्या बारक्या गोष्टींवरून तोंडसुख घेत असेल.

मी पुन्हा एकदा तेच सांगेन, ''जितके जास्त लोक, तितकी जास्त मनं.'' यामध्ये सर्व प्रकारचे लोक येतात. दुसऱ्यांची जीवनपद्धती काहीही का असेना, दुसरे लोक जो काही विचार करतात, त्यात सतत खुसपटं काढणं हे नक्कीच स्वीकारार्ह नाही. अर्थात, त्याचा तुमच्या कामावर नकारात्मक प्रभाव पडत असेल, तर मग त्यांना तसं सांगणं आणि ती गोष्ट दूर करणं हे आवश्यक ठरतं. पण नाहीतर, विविध दृष्टिकोनांना समजून घेणं, हे मूलभूत तत्त्व आहे.

माझ्या मते, हे समजून घेण्याची क्षमता नसणं हे कामाच्या ठिकाणी एकमेकांमध्ये संघर्ष होण्याचं कारण होतं.

तुम्ही स्वतःला विचारा - तुमचे वरिष्ठ किंवा सहकारी यांच्याबद्दल तुम्हाला वाटणारा वैताग किंवा होणारी चिडचिड यांचं मूळ कारण तुमची मूल्यं त्यांच्यावर लादणं हे तर नाहीये ना?

लोकांच्या जगाकडे पाहण्याच्या दृष्टिकोनांना स्वीकारा. त्यामुळे तुमचं असमाधान निघून जाईल आणि तुम्ही अधिकाधिक चिंतामुक्त व सहनशील, विशालहृदयी होण्यास मदत होईल.

शिवाय यामुळे तुम्हाला इतरांची शक्तिस्थळं आणि मर्यादाही लक्षात येतील.

समजा, तुम्ही कंपनीच्या नियोजन विभागात काम करता. तिथे तुम्हाला एका रणनीतीबद्दलचं प्रपोजल तयार करायचं आहे आणि ते तुमच्या सहकाऱ्यांसमोर मांडायचं आहे. तर खालील परिस्थिती कदाचित निर्माण होऊ शकते.

''मी फार कष्टपूर्वक प्रपोजल तयार केलं, आणि हा माणूस त्यात पडला. त्याने माझ्या कामाच्या आधारावर प्रेझेन्टेशन तयार केलं आणि सगळं क्रेडिट घेऊन गेला. फुकटचं काम केलं मी!''

पण असा विचार करा : तुमच्याकडे प्रपोजल लिहिण्याचं कौशल्य आहे, तुमचं शक्तिस्थळ आहे ते. त्यामुळे तुम्ही तुमची ऊर्जा त्यावर घालवली पाहिजे आणि प्रपोजल मांडण्याची जबाबदारी छान बोलणाऱ्या सहकाऱ्यावर सोपवली पाहिजे. कुणीतरी वेगळाच माणूस तुमच्या कामाचं श्रेय घेऊन जातो, तेव्हा तुम्हाला राग येतो. मग तुम्ही असं म्हटलं तर? ''प्रपोजल मला दे. मी ते चांगलं करण्याचं काम करतो आणि तू उत्तम प्रेझेंटेशन करून डील मिळव.''

कामांची अशी विभागणी केल्याने दोघांच्याही सामर्थ्यांचा वापर होतो आणि आपापल्या कामांचा आनंदही मिळतो. त्याच वेळी तुम्ही तुमच्या मर्यादांपासूनही दूर जाता.

तुमच्या सेल्स विभागामध्ये काही लोक बारीकसारीक गणितं, आकडेमोड करण्यात वाकबगार असतात, तर इतर जण ग्राहकांची संबंध चांगले राखण्यात.

एकमेकांची शक्तिस्थळं आणि मर्यादा ओळखल्यामुळे कामाची विभागणी चांगली होते आणि प्रत्येक जण अधिक कार्यक्षम आणि अधिक उत्पादनशील होतो. याचा फायदा अर्थातच शेवटी तुम्हालाच होतो.

आणखी एक बाब मला सांगायची आहे – मी कुणाहीबरोबर काम करत असलो, तरी मला त्यांच्याप्रति उदार, सहिष्णू दृष्टिकोनाने वागायला

आवडतं. माझा तसा नियमच आहे. त्यामुळे गोष्टी सहज, विनाखरखर चांगल्या होतात.

कन्फ्यूशिअसच्या काळातले विद्वान वनस्पतिशास्त्रज्ञ कैबारा ईक्केन ईदो यांनी म्हटलं आहे, ''साधू हे साधू असल्याने त्यांनी स्वतःशी प्रामाणिक असणं गरजेचं असतं, इतरांशी नव्हे. सामान्य लोक, सामान्य असल्याने इतरांना माफ करतात, स्वतःला नाही.''

तुम्ही तुमच्या अंतःकरणाची कवाडं खुली केली, विस्तृत केली, तर कामाच्या ठिकाणी तुमच्या वर आणि खाली असणाऱ्या लोकांशी असलेले तुमचे संबंध चांगले राहतील. त्या बाबत काळजी करण्यासारखं काही नसेल. तुम्ही सहज आणि आत्मविश्वासाने काम करू शकाल.

२७

प्रवाहासोबत जा

एकांतवास चांगलाच, पण पूर्णपणे
एकटं असणं चांगलं नाही.

अशी एक म्हण आहे की, 'एका माणसाचे अनेक शत्रू असतात.' एका विशिष्ट वयातल्या लोकांना हे परिचित असू शकतं. जग कठोर लोकांनी तयार झालेलं आहे, असं म्हणणं कदाचित अमूर्त वाटू शकतं, पण तरी असं दिसतं की, लोक जिथे कुठे जातील, तिथे तिथे आपले शत्रू निर्माण करतात.

जसं की, कामाच्या ठिकाणी कुणीतरी एखादा आक्रमकपणे स्वतःचंच म्हणणं पुढे रेटतो. अर्थात, यासाठी विशिष्ट अशी कौशल्यं आवश्यक असतात, पण त्याचबरोबर यामुळे होणाऱ्या घर्षणाच्या, संघर्षाच्या धोक्याकडे दुर्लक्ष केलं जातं. आणि मला खात्रीने असं वाटतं की, वादावादी कधी ना कधीतरी त्याच्याच मार्गातला अडथळा म्हणून पुढे येईल.

समजा, तुम्ही आधी कधीही काम केलं नव्हतं अशा एका मोठ्या प्रकल्पावर काम करत आहात, आणि तुम्हाला तुमची टीम बनवणं केवळ

अशक्य झालं आहे. याचं कारण सगळीकडे तुमचे शत्रू आहेत. तुमचे सहकारी तुम्हाला म्हणताहेत, ''तुला तुझ्याच पद्धतीने काम झालं तरच समाधान मिळतं ना, तर मग हे काम तुझं तूच का करत नाहीस? आम्हाला सहकारी तत्त्वाने एकत्र काम करण्याबद्दल एक शब्दही ऐकायची इच्छा नाही.''

पण कंपनीची रचना ही गटांचे किंवा टीम्सचे संच किंवा संकलन अशी असते आणि कदाचित तुमच्या आजूबाजूला काम करू शकणारे कनिष्ठ सहकारी असतीलही, जे निदान वरवर दाखवण्यापुरतं तरी सहकार्य करतील. त्यामुळे प्रगती करण्याची कल्पना करणं सोपं आहे.

असं म्हणतात की, नेता हा स्वभावतः एकाकी असतो, पण त्याने स्वतःला जगापासून तोडून घेऊ नये. त्यांनी असं केल्यास, ते त्यांची भूमिका नीट निभावू शकत नाहीत, आणि मग संयम न ठेवता येणं, चिडचिडेपणा सारं काही मूळ धरू लागतं.

नेतृत्व करण्याच्या आणि प्रेरित करण्याच्या स्थितीत तुम्ही असलात, तरी एक प्रवाह तुमच्या नियंत्रणापलीकडे असतो. त्याच्या सोबत जा. पाणी खडकांशी झुंजत नाही, ते किंचित वेगळ्या मार्गाने जातं आणि वाहत राहतं. ते अचूकरीत्या त्याच्या ध्येयाच्या दिशेने वाहत राहतं आणि अखेरीस समुद्राला जाऊन मिळतं.

''प्रवाहासोबत जाणं ऐकायला छान वाटतं, पण त्यामुळे मी कुठे पोहोचेन आणि माझ्या ध्येयांचं काय?''

तुम्ही अशा प्रकारे जगाकडे पाहता का?

प्रवाहासोबत जाणं म्हणजे स्वतःला वाहवत नेणं असा अर्थ होत नाही. प्रवाहाची दिशा लक्षात घ्या, त्याचा वेग ओळखा आणि मग त्याच्या विरोधात स्वतःला ढकलण्याऐवजी तुम्हाला जितक्या खोलातून जायचं आहे, तितक्या खोलात जा. प्रवाहासोबत जा, याचा अर्थ मला तरी असा उमगतो.

झेनमध्ये आम्ही ‘लवचीक मना’बद्दल बोलतो. ‘लवचीक आणि स्वीकारार्ह राहा,’ असं आम्हाला शिकवलं जातं. अढळ निश्चय कदाचित शक्तिशाली वाटतोही आणि बाहेरून पाहिल्यावर ते प्रसंशनीयही वाटतं, पण त्याचा संबंध मानसिक अस्थैर्य आणि कर्मठता याच्याशीदेखील लावता येतो.

हा कल संकुचिततेकडे जातो, त्यामुळे कृतींची गती कमी होते. आणि प्रवाह कुंठित होतो, नाही का? त्याहून वाईट म्हणजे, कनिष्ठ सहकारीही पाठ फिरवून निघून जातात. आणि शेवटी बॉसला वैतागून, चिडचिड करत पाय आपटत राहावं लागतं.

लवचीक दृष्टिकोन ठेवण्याचा आणि पाण्याप्रमाणे प्रवाहाबरोबर जाण्याचा सराव का नाही करायचा?

२८

बोलायचंय म्हणून उगाच बोलू नका

त्याऐवजी 'प्रसन्न मौना'चा पर्याय स्वीकारा

या भागात मी तुम्हाला मौनाच्या भेटीबद्दल सांगणार आहे.

एखाद्याला 'वाक्चतुर' असं म्हटलं जातं, जे तुम्ही वारंवार ऐकलेलं असेल. म्हणजे तो माणूस बोलण्यात तसंच कृतीमध्ये निपुण आहे, सराईत आहे. असा माणूस जो धोरणी, वाकबगार आहे आणि जो चुका करत नाही, असा अर्थ होतो. त्याला म्हणतात जगतहुशार.

नातेसंबंध प्रस्थापित करण्याच्या दृष्टीने आणि कामात यश मिळवण्यासाठी, संवाद साधण्याची क्षमता महत्त्वाची असते.

विलक्षण असं वाक्चातुर्य दाखवून लोकांना आपल्याकडे खेचून घेणं हा एक महत्त्वाचा करिश्मा आहे. आणि कामाच्या ठिकाणी तर तुम्ही कशा पद्धतीने बोलता त्यावर तुमचं यश-अपयश ठरतं.

एवढं की, तुम्ही प्रभावी वक्ते नसाल तर त्यामुळे तुमच्या आत्मविश्वासाच्या ठिकऱ्या उडू शकतात. पुस्तकांच्या दुकानांची कपाटं प्रभावीपणे कसे बोलावे यांबद्दलच्या पुस्तकांनी खचाखच भरलेली दिसतात ती यामुळेच.

झेन तुम्हाला वेगळा दृष्टिकोन शिकवतं.

आमच्यात एक वाक्प्रचार आहे, ज्याचा अर्थ असा, 'शब्दांवर किंवा लेखनावर बुद्धत्व अवलंबून नसतं आणि अंतःप्रेरणेने लक्ष दिल्याने आध्यात्मिक जागृती मिळवता येते.' म्हणजे ते असं आहे जे शब्द किंवा पानांमधून व्यक्त करता येऊ शकत नाही. बौद्ध शिकवणींचं सार हे ग्रंथ किंवा प्रवचनांच्या बाहेर प्रक्षेपित होतं.

तुम्ही असंही म्हणू शकता की, झेनचं हे मूलभूत तत्त्व आहे.

मी ज्या प्रकारच्या झेन बागा आरेखित करतो, त्या खासकरून शुष्क भूमीवरच्या बागा असतात आणि तिथे प्रामुख्याने खडक आणि पांढरी वाळू असते. मी खडक कुठे कसे लावायचे, किती वापरायचे, वाळूची कशा प्रकारची नक्षी ठेवायची हे सारं ठरवतो.

अर्थात हे निर्णय घेणं महत्त्वाचं असतं, पण या कोरड्या बागांच्या रचनेमध्ये सर्वांत महत्त्वाचं असतं ते रिकाम्या जागा सोडणं. त्या कुठे आणि कशा ठेवायच्या हे महत्त्वाचं ठरतं.

एखाद्या झेन-बागेत उभं राहिल्यानंतर तुम्हाला जो सखोल शांतपणा, विस्तारित स्थिरत्व जाणवतं, ते खडक, वाळू आणि रिकामं अवकाश यांच्या एकत्रीकरणातून निर्माण झालेल्या प्रतिध्वनींमुळे. रिकाम्या अवकाशामध्ये अंगभूतरीत्या अभिव्यक्तीची शक्ती असते, जी त्या रचनेमधून प्रतिध्वनित होणं गरजेचं असतं.

'नोह नाट्य' या पारंपरिक जपानी नाट्यकलेमध्ये अर्थपूर्ण मौन राखण्याला मोठं महत्त्व आहे. प्रेक्षकांना त्याचं महत्त्व अनुभवता येतं, त्या वेळी त्या क्षणांना ते आपला श्वास रोखून धरतात.

'राकूगो' ही आणखी एक कथाकथनपद्धती याचंच उदाहरण आहे. ज्यामध्ये महत्त्वाच्या ओळींच्या वेळी मौनाचे काही क्षण घेऊन प्रभाव वाढवला जातो, एका वेगळ्याच उंचीवर नेला जातो.

मौनामध्ये प्रचंड मोठी शक्ती असते.

कधीकधी तर शब्दांपेक्षा मौन अधिक सखोल भावना किंवा अभिव्यक्ती व्यक्त करतं.

व्यावसायिक घटना-प्रसंगांमध्ये, तुमच्या कंपनीच्या उत्पादनाचे गुण स्पष्ट करून सांगताना, शब्दांमार्फत सहज आणि अस्खलित बोलण्यापेक्षा ग्राहकाच्या गरजा काय आहेत, त्यांना काय हवं आहे हे शांतपणे आणि लक्षपूर्वक ऐकणं हे जास्त फायदेशीर ठरू शकतं. त्यानुसार त्यांच्याशी बोलून त्यांना प्रभावित करता येतं.

सेल्स पिचेसमध्ये याचा विचार केला जात नाही. त्यामुळे अपरिहार्यपणे ती ग्राहकांवर भडिमार करणारी ठरतात.

सर्व ग्राहकांना कायमच फायदे आणि तोटे ऐकण्याची सवय असते. त्यांना माहीत असतं की, तुम्ही त्यांचं काहीही ऐकत नसता.

आणि मग एकदा ग्राहकाला तुम्ही असा भडिमार करता आहात हे समजतं, आणि मग कितीही चांगला वक्ता असला, तरी तो काही यशस्वी होत नाही. माझ्या मते चांगल्या बोलण्याने केवळ वरवरचा पृष्ठभाग खरवडला जातो.

पण दुसऱ्याचं ऐकून घेण्याने नक्कीच काहीतरी मिळतं. त्यातून काय संदेश जातो? प्रामाणिकपणा, विश्वास. सेल्सचे खरे लोक, जे परिणाम घडवतात, त्यांना हा मार्ग अधिक चांगला आहे हे माहीत असतं.

हे लोक आपलं लक्षपूर्वक ऐकत आहेत, आपल्या गरजा काय आहे जाणून घेत आहेत, हे ग्राहकांना जाणवतं. आणि मग त्यांच्या मनात विश्वास निर्माण होतो. 'हा माणूस काय सांगतोय त्यावर माझा विश्वास आहे' आणि 'जर ते सांगत असतील, तर ते नक्कीच सत्य असलं पाहिजे' असा ते विचार करतात. आणि मग त्यांना तुम्ही जे विकत असता, ते हवं असतं. शिवाय, त्यांना मग ती गोष्ट तुमच्याचकडून घ्यायची असते.

ही गोष्ट मग सेल्सच्या बाबीपुरतीच मर्यादित राहत नाही. कोणत्याही नोकरीमध्ये विश्वास ही सर्वांत महत्त्वाची बाब असते.

वाक्चतुर असल्यामुळे तुम्ही काही अंतर पार करू शकाल, पण अर्थपूर्ण मौनामुळे विश्वास निर्माण होतो. असं असताना, मग सर्वांत चांगला वक्ता होण्यासाठी एवढे प्रचंड परिश्रम घ्यायची गरज नाही, बरोबर?

एका झेन-कथेमध्ये मौनाच्या भेटीचं महत्त्व सांगण्यात आलं आहे.

विमलकीर्ती नावाचा एक बौद्ध माणूस होता. बोधिसत्त्वांशी संवाद साधताना, त्याने मौनाने उत्तरं दिली, अशी कथा आहे. 'विमलकीर्तीचं गडगडाटी मौन' म्हणून हे मौन ओळखलं जातं.

गडगटाटाप्रमाणे मौनाचाही मोठा प्रभाव पडू शकतो.

त्यामुळे ज्यांना बोलण्याची धास्ती वाटते, त्यांनी काळजी करण्याचं काही कारण नाही!

२९

श्वासोच्छ्वासाचं नियमन करा

श्वासोच्छ्वास घेण्याचा झेन मार्ग असा की,
ज्याने तुमचा वैताग आणि काळजी शमते.

कधीकधी अशी वेळ असते जेव्हा कामातील आव्हानांना तोंड देण्यासाठी आपल्याकडे भरपूर ऊर्जा असते, पण कधीकधी आपल्याला निराश, हताश वाटतं आणि काम करण्यास प्रेरणाच उरत नाही.

जेव्हा आपण यशस्वी होतो तेव्हा आपला आनंद ओसंडून वाहतो, आणि जेव्हा आपल्याला बॉसचा ओरडा बसतो तेव्हा आपण दातओठ खातो किंवा जेव्हा आपल्या नियंत्रणाबाहेरची एखादी गोष्ट घडते तेव्हा आपल्याला राग येतो.

या मानसिक बदलांचा परिणाम आपल्या वर्तणुकीवरही होतो. जेव्हा आपल्या भावना तीव्रतम असतात, तेव्हा त्या अडचणीच्या ठरू शकतात आणि त्यामुळे आपल्या आजूबाजूला असणाऱ्यांवर त्याचा ठसा असा उमटू शकतो :

''तो आहे ना, तो लगेच भावनेच्या आहारी जातो. त्याला प्रोत्साहन द्यायला नको.''

“तिचं काही सांगता येत नाही. तिच्या मूडवर आहे सगळं. त्यामुळे तिचं म्हणणं गांभीर्याने न घेणंच योग्य.”

‘सर्वसाधारण स्थितीतलं मन हाच योग्य मार्ग आहे,’ अशी एक झेन म्हण आहे. स्थिर, शांत मन घडवण्यावर भर देणं किती महत्त्वाचं आहे हे त्यातून सांगितलं आहे. आपल्या भावनांची तीव्रता कमी कशी करायची, हे ते आपल्याला शिकवतं.

असं करण्याची एक पद्धत आहे – श्वासोच्छ्वास.

झेनमध्ये आम्ही आपली ढब, श्वासोच्छ्वास आणि मन यांमध्ये सुसंवाद साधण्याबाबत बोलतो. आपण यामध्ये पहिल्यांदा आपलं शरीर, मग श्वास, मग उच्छ्वास आणि शेवटी आपली मानसिक स्थिती यांचं नियमन करतो.

हा परिपूर्ण असा संगम आहे. यांपैकी प्रत्येक गोष्ट एकमेकीशी सखोलरीत्या जोडली गेली आहे. त्यामुळे आपल्या श्वासांवर नियंत्रण राखण्यासाठी, आपण पहिल्यांदा आपलं शरीर नियंत्रित केलं पाहिजे. आपण आपली ढब स्थिर केली पाहिजे, मग आपले श्वास आणि मग आपलं मन आपोआपच स्थिर, शांत होईल.

जेव्हा तुम्हाला रागाने तुमचे कान तापल्याचं, लाल झाल्याचं जाणवेल, तेव्हा खोल श्वास घ्या.

तुमचं लक्ष तुमच्या ‘टँडेन’ म्हणजे तुमच्या नाभीपासून सात–आठ सेंमी खाली असलेल्या बिंदूपाशी केंद्रित करा आणि मग पोटामधून खोल श्वास बाहेर सोडा. पूर्ण उच्छ्वास करणं महत्त्वाचं आहे. जपानी भाषेत श्वासोच्छ्वासासाठी ‘कोकयू’ असा शब्द आहे, ज्यामध्ये श्वास आत घेण्याआधी उच्छ्वास करणं अध्याहृत आहे. एकदा तुम्ही पूर्ण उच्छ्वास केला, हवा बाहेर काढून टाकली की मग साहजिक, आपोआप श्वास आत घेता येतो.

अशा प्रकारे पोटामधून खोल श्वास पुन्हा पुन्हा घेण्यासाठी, तुम्हाला ताठ बसावं लागतं, कणा सरळ करावा लागतो. तुम्ही पाठीत बाक काढून बसलेले असल्यावर, तुम्हाला पोटामधून खोल श्वास घेणं जमत नाही. जेव्हा तुम्ही खोल श्वास घ्याल, तेव्हा तुमच्या खांद्यामधून डोक्यामध्ये जाणारा तुमचा राग कमी होईल, जो काही मानसिक ताण तुम्हाला वाटत असेल, तो शांत होईल आणि अचानक तुम्हाला विश्रांत वाटू लागेल.

आता तुम्हाला लोकांशी नीट वागणं, त्यांना हाताळणं अधिक सोपं वाटू लागेल. तुम्हाला थोडंसं भिडस्त वाटू शकेल, तुम्ही सगळ्याकडे अधिक अलिप्तपणे पाहू शकाल. प्रत्येक लहानसहान गोष्टींमुळे चिडणं किंवा उत्साहित होणं किती मूर्खपणाचं आहे, असंही तुम्हाला वाटू लागेल.

याआधी मी इताबाशी झेनजी यांचा उल्लेख केला होता. पुन्हा मी त्यांचं वाक्य इथे देतो, ''रागाला तुमच्या डोक्यात जाऊ देऊ नका.''

आपण जेव्हा आपला राग आपल्यापाशी, आपला पोटामध्ये राखून ठेवायला शिकतो, तेव्हा आपण आपल्या तीव्र भावना हाताळू शकतो आणि ज्या गोष्टी नाही बोललं पाहिजे, त्या बोलणं टाळू शकतो. लवकरच, तो राग कमी कमी होत जात गायब होणार असतो.

इताबाशी झेनजी यांनी सांगितलं आहे, की स्वतःलाच ''थँक्यू, थँक्यू, थँक्यू'' असं पुन्हा पुन्हा म्हणा. त्याचा रागाविरोधात चांगला उलट-परिणाम घडतो. शांत मन राहण्यासाठीची ही परिपूर्ण अशी पद्धत वाटत नाही का?

तुम्हाला आवडेल, तुम्हाला पटेल असा एखादा मंत्र किंवा एखादी ओळ अथवा प्रार्थना तुमच्यापाशी असणं ही चांगली कल्पना आहे. मग तो एखादा आवडीचा शब्द असेल किंवा वाक्प्रचार असेल किंवा असं काहीही जे तुम्हाला शांत करेल. अर्थात, तुम्ही 'सर्वसाधारण स्थितीतलं मन हा योग्य मार्ग आहे' ही झेनगोही म्हणू शकता.

तुमच्या रागापुरतंच हे मर्यादित नाही. तुम्ही श्वासोच्छ्वासाकरता तिचा वापर करू शकता. तो तुमचा सकारात्मक विचार करण्यासाठीचा मंत्रही असू शकतो. तसंच आनंदाच्या प्रसंगी किंवा तुमच्या भावना उद्दिपीत झाल्या आहेत, असं वाटल्यावर केव्हाही तुम्ही म्हणू शकता. तुम्ही तुमचा आनंद कसा व्यक्त करता, हेही तितकंच महत्त्वाचं आहे. अति उत्साही असण्याने लोकांच्या भुवया उंचावल्या जातील. आणखी एक म्हण आहे, तिचा विचार करा, 'विजयी झाल्यावर, आपला नम्रपणा लक्षात ठेवा, आणि पराजयी झाल्यावर लढण्याचा बाणा लक्षात ठेवा.'

चला, शांत आणि स्थिर मन जोपासण्याचा प्रयत्न करू या.

३०

तुमच्या घरातली 'हवा' बदला

सकाळी उठल्या उठल्या लवकरात लवकर ही गोष्ट करा.

आयुष्यामध्ये शांतता आणि स्थिरत्वाची जाणीव हवी असेल, तर अनेक गोष्टी आवश्यक असतात असं मला वाटतं. त्यातली एक म्हणजे, 'स्वतःची अशी खोली असणं.' तुमची स्वतःची म्हणता येईल अशी एखादी जागा आहे का?

जे काम करतात, त्यांच्यासाठी ती कामाची जागा असू शकते. जिथे तुम्ही दिवसातले किमान आठ तास तरी घालवता. ती तुम्हाला तुमची जागा वाटू शकते. पण स्वतःची अशी जागा असणं, या संकल्पनेला आणखीही काही पदर आहेत.

कामाचं कार्यालय बरेचदा वेगवान घडामोडी घडणारं, ऊर्जेने भारलेलं, भावनेने ओतप्रोत असं असतं. तिथे तुम्हाला शांत, विश्रांत वाटेल अशी जागा बरेचदा नसते. व्यवसाय म्हणजे कंपनीच्या आतल्या आणि बाहेरच्या अशा लोकांमधली स्पर्धा असते, हे सत्य आहे.

यातच भर म्हणजे दूरवरच्या ठिकाणी कामाला जावं लागणं, कर्मचारी-कपात यांसारख्या इतर गोष्टींमुळे तुमची स्वतःशी अशी ही जागा कधी जाईल, हेही सांगता येत नाही.

कामावर नसताना, जे लोक बराचसा काळ घरीच असतात, त्यांच्यासाठीही घर म्हणजे कदाचित तितकी शांततामय जागा नसू शकते. तुमच्या कुटुंबीयांसोबत चांगल्या पद्धतीने वेळ घालवणं हेच कधीकधी कठीण जातं, अनेक घरांमध्ये तर लोकांना एकमेकांशी बोलायलाही पुरेसा वेळ मिळत नाही. कारण प्रत्येक जण पोटापाण्याचं बघण्यात आणि स्वतःची कामं करण्यातच गुंतलेला असतो.

काही लोकांसाठी कामावरून घरी जाताना खाण्यासाठी किंवा एखादं ड्रिंक घेण्यासाठी ते थांबत असलेलं हॉटेल किंवा रेस्तराँ ही स्वतःची अशी जागा असू शकते.

मी हे समजू शकतो. पण जरी तुम्ही त्यामधून काही प्रमाणात आनंद मिळवत असलात, तरी ते तसं दुःखद आहे.

झेनमध्ये आम्ही म्हणतो, ''घरी परता आणि आरामात बसा.''

सोप्या शब्दांत सांगायचं तर जेव्हा तुम्ही घरी जाता आणि शांत, विश्रांत स्थितीत येता, तेव्हा तुमचा निवास शांततेत असल्याने, तुमचं मन निवांत होण्यास मदत मिळते.

झेन संकल्पनांनुसार, घर या शब्दाचा अर्थ होतो बुद्धत्व, जे तुमच्या-आमच्या आत वसतं. जिथे आपण खरे खरे 'आपण' असतो. वेगळ्या शब्दांत सांगायचं, तर आपल्यातलं बुद्धत्व शोधण्यातला आनंद म्हणजे आपलं घर होय.

खरं घर असं असलं पाहिजे. अशी जागा जी तुमच्यासाठी अगदी योग्य असेल.

कदाचित असं काहीतरी करण्यासाठी तुम्हाला तुमचं घर पुनर्रचित करावं लागू शकतं का?

तुम्ही कदाचित याचा विचार एक प्रकारचं नूतनीकरण असा कराल, पण झेन तत्त्वांपैकी एक मूलभूत तत्त्व हे आचरण असल्याने, याचा खरा अर्थ हा जागेशी असलेलं तुमचं नात बदलणं असा होतो.

सकाळी उठल्यावर, तुमच्या कुटुंबीयांशी हसून बोला, त्यांच्याबद्दल कृतज्ञता व्यक्त करा.

पहिल्यांदा, त्यांना कदाचित काही कळणार नाही, ते गोंधळात पडतील आणि तुम्हाला झालंय तरी काय, असा विचार करतील. पण आठवडाभराने, तेही मृदू होतील आणि तुम्ही निर्माण करत असलेल्या नव्या जागेला छानपैकी स्वीकारतील.

झेन मठ चालवायचे नियम तयार करणारे ह्याकुजो ईकाई अर्थात ह्याकुजो शिंगी यांचा एक किस्सा सांगितला जातो.

एकदा एका भिक्खूने ह्याकुजो झेनजींना विचारलं, ''सर्वांत चांगली गोष्ट काय आहे?''

ह्याकुजोंनी उत्तर दिलं, ''मी या उदात्ततेच्या शिखरावर एकटा बसलेला आहे.''

त्यांना असं म्हणायचं होतं की, झॅझेनसाठी बसणं ही गोष्ट त्यांना सर्वांत आवडणारी आहे.

ह्याकुजो झेनजी यांचं सर्वांत उदात्त, सर्वोच्च शिखर म्हणजे अशी जागा जिथे ते प्रमुख धर्मोपदेशक होते. म्हणजे झेन मंदिर. झेन भिक्खूंकरता, मंदिर हे त्यांचं घर असतं. तिथे त्यांना सगळ्यात जास्त सुरक्षित वाटतं आणि त्यांना त्याव्यतिरिक्त इतर कशाहीबद्दल इतकं कृतज्ञ वाटत नाही. तुम्ही असं म्हणू शकता की, याचं कारण ते बुद्धत्वाला पोहोचलेले असतात.

त्यामुळे, घर हे सगळ्यात सुरक्षित ठिकाण असतं. जसजसा काळ जातो, तसं ते अधिकाधिक सुरक्षित ठिकाण वाटू लागतं. करिअरमधून

निवृत्त झाल्यानंतरच्या काळाची कल्पना करा. तुम्ही तुमच्या घरातच बराचसा काळ व्यतीत करणार असता.

जर तुमचं घर शांततामय जागा असेल, जर तिथलं वातावरण प्रसन्न असेल, तर तुमच्या आयुष्यात हे सगळे गुण असतील.

त्यामुळे कृपया, 'इथे' आणि 'आत्ता'त असण्याचा पाया घालायला सुरुवात करा.

मी पुन्हा एकदा सांगतो : ''झेनमध्ये मूलभूत काय असेल, तर ते म्हणजे आचरण.''

भाग चौथा

नातेसंबंध सुधारण्यासाठी आश्चर्यकारक उपयुक्त सल्ले

चांगले संबंध कसे जोडायचे
आणि वाईट कसे सोडून द्यायचे

३१

तुमचे नातेसंबंध जोपासा

तुम्ही त्या त्या लोकांना भेटणं हा
काही अपघात नसतो.

आयुष्याच्या मार्गामध्ये तुम्ही किती जणांना भेटता असं तुम्हाला वाटतं?

ते लोक सर्व आकारांचे आणि उंचींचे असतील. आणि ते वेगवेगळ्या संदर्भांनी, कारणांनी भेटलेले असतील - कौटुंबिक, शिक्षणविषयक, स्थानिक, कामाच्या ठिकाणी इत्यादी.

जगाची लोकसंख्या आज ७०० कोटींच्या आसपास असली, तरी तुम्ही आयुष्यात ज्या माणसांना भेटता, ती संख्या खूप मर्यादित असते. पण तरी, ७०० कोटी लोकांपैकी ज्यांना तुम्ही भेटता, ते जादूई आहेत.

अशी एखादी भेट जादूई तुमच्या बाबतीत घडली, असं तुम्हाला वाटतंय?

तुम्ही ज्याला भेटता, तो एक योगायोग किंवा एक शक्यता असते, असा विचार करू शकता. पण जेव्हा तुम्ही कुणालाही भेटता, तेव्हा एक संबंध जोडला जातो. बौद्ध तत्त्वज्ञानात, आम्ही या संबंधाला 'इनेन' असं म्हणतो. या संबंधांना अत्यंत महत्त्वाचं समजलं जातं. तुमच्या आयुष्याच्या

मार्गात विविध प्रकारचे अनेक लोक येतात आणि जातात, त्यांपैकी ज्यांच्याशी तुमचे संबंध जोडले जातात, ते खास- विशेष असतात. याचं कारण असतं इनेन - जेव्हा कारण-कर्म आणि परिस्थिती-कर्म एकमेकांशी संलग्न असतं.

वसंत ऋतूमध्ये फुलांना बहर येतो. पण एकाच झाडावरची सगळी फुलं एकाच वेळी फुलत नाहीत. वसंतातल्या उबदार वाऱ्याचा स्पर्श झालेल्या कळ्याच उमलतात, फुलतात.

जरी वसंताचा उबदार वारा सगळ्या कळ्यांवरून वाहत गेला, तरी ज्या कळ्या आतल्या आत घट्ट दाबलेल्या असतात, त्यांच्यामध्ये वारा शिरत नाही. त्यामुळे त्या फुलू शकत नाहीत. त्या फक्त फांद्यांवर बसून राहतात, त्यांच्या अंगावरून वारा नुसता वाहून जातो.

योग्य 'परिणाम' घडून येण्यासाठी (या बाबतीत फुलणं), 'कारण' (म्हणजे कळ्या उमलणं) योग्य अशा परिस्थितीत संलग्न असलं पाहिजे. जेणेकरून वसंताच्या वाऱ्याचा फायदा होईल आणि संबंध जोडला जाईल.

या कार्मिक जोडणीच्या साहाय्याने, 'इनेन'मुळे जगामध्ये सगळं काही घडतं. बौद्ध तत्त्वज्ञानातलं हे मूलभूत असं तत्त्व आहे.

जर आपण इतरांशी झालेल्या भेटींकडे अशा नजरेने पाहिलं, तर मग आपल्याला त्या भेटी योगायोग वाटणार नाहीत आणि त्या केवळ शक्यताही वाटणार नाहीत. त्या चमत्कार असतात. स्वतः बुद्धाने आपल्याला दिलेली भेट असते.

आणि जर असं असेल, तर मग आपण आपल्या भेटींकडे एवढं दुर्लक्ष करू शकत नाही. आपण लोकांशी असलेले आपले संबंध कृतज्ञतापूर्वक स्वीकारले पाहिजेत.

झेनमध्ये आम्ही जीवनात येणाऱ्या लोकांच्या प्रभावाबद्दल बोलतो.

सगळं काही घडतं ते या भेटींमुळे. आणि म्हणूनच, आपण ज्या लोकांना भेटतो, ज्या ठिकाणी भेटतो आणि त्या भेटींना जो आकार मिळतो, ते सारं जपलं पाहिजे.

झेनशी खोलातून जोडलेल्या आणि महत्त्वाच्या समजल्या गेलेल्या चहापान सोहळ्यात असं म्हणतात, ''इची-गो, इची-ई.''

जपानच्या बाहेरही हा वाक्प्रचार बराच प्रसिद्ध आहे. याचा एक अर्थ असा की, 'आयुष्यात एकदाच.' म्हणजे तुम्ही प्रत्येक भेट ही मौल्यवान रत्नासारखी जपली पाहिजे. कारण तुम्ही त्याला पुन्हा कधीही भेटण्याची शक्यता नसते. त्या व्यक्तीसोबत असण्याची ही एकमेव संधी आहे. त्यामुळे तिच्या सोबत जास्तीतजास्त वेळ घालवा.

तुम्ही हा दृष्टिकोन स्वीकारला, तर मग तुमच्या भेटीगाठी तुम्ही जोपासू लागाल असं मला वाटतं. तुम्ही ज्या लोकांना भेटाल, त्यांच्याबद्दल तुम्हाला कृतज्ञता वाटेल.

''या व्यक्तीला भेटणं हे खरंच किती छान होतं.''

''त्यांचे आणि माझे रस्ते एकमेकांना छेदून गेले, याबद्दल मला खूप कृतज्ञ वाटतं.''

यामुळे तुमच्या आयुष्यात येणाऱ्या लोकांशी सखोल संबंध जोडण्याची शक्ती तुम्हाला प्राप्त होईल.

३२

चांगले संबंध जोडा

तुमच्या आयुष्यात चांगल्या माणसांची
आलेख-रेषा कशी वाढवायची याबद्दल...

तुम्ही चांगले संबंध जोडता का?

किंवा तुम्ही वाईट संबंध संपवता का?

आपण सगळे जण शुद्ध सौंदर्य घेऊन जन्माला येतो. तेव्हा आपली हृदयं आरशासारखी झळाळतात. मी आधी सांगितलं आहे, त्याप्रमाणे बौद्ध तत्त्वज्ञान आपल्याला शिकवतं की, 'सगळ्या अस्तित्वांमध्ये बुद्धतत्त्व निर्विवाद वसतं.' नवजात बाळाला स्वार्थ नसतो, त्याची कशात गुंतवणूक नसते, त्याचे भ्रम नसतात.

पण त्यानंतर आपण विविध प्रकारच्या लोकांना भेटतो आणि वेगवेगळ्या परिस्थितींना तोंड देतो. जेव्हा आपल्याला वेगवेगळे अनुभव येतात, तेव्हा आपलं मन गढूळ होतं. आपण आपल्या लोकांशी कशा प्रकारे नातेसंबंध जोडतो याचा आपल्यावर खूप मोठा परिणाम होतो.

लोक एकमेकांशी संबंधांनी जोडलेले असतात.

एकदा तुम्ही चांगले संबंध जोडले की, त्याची जोडणी तुमच्या पुढच्या चांगल्या संबंधांशी होते. ज्यामुळे आणखी चांगले संबंध आकर्षिले जातात.

उदाहरणार्थ, जेव्हा तुम्ही एखाद्याशी नातेसंबंध जोडता, तेव्हा तुम्ही त्या व्यक्तीच्या मार्फत आणखी एखाद्या चांगल्या व्यक्तीला भेटता. मग त्यामार्फत तुमची ओळख आणखी चांगल्या व्यक्तीशी होते, जिच्याशी तुमचे चांगले संबंध जोडले जातात.

यातून सकारात्मक शक्ती निर्माण करणारं वर्तुळाकार चक्र तयार होतं, आणि त्याचा तुम्हाला फायदा होतो. या वैयक्तिक नातेसंबंधांमुळे चांगल्या संपर्कांचं जाळं विणलं जातं.

दुसरीकडे, तुम्ही वाईट संबंध जोडला, तर याच्या अगदी उलट घडतं. तुम्ही वाईट संबंधांचं चक्र तयार करता. तुम्हाला काही कळायच्या आत, तुमच्या आयुष्यात गोंधळ माजतो.

चांगले संबंध तयार करण्याच्या दृष्टीने, तयारी करणं गरजेचं असतं.

पण ही तयारी कोणती?

एक गोष्ट तुम्ही करू शकता, ती म्हणजे तितकं जास्त गुंतलेलं राहता येईल तितकं राहणं. मग तुम्ही इतर काहीही करत असलात तरी. तुम्हाला कदाचित हे म्हणणं साधं-सोपं वाटू शकतं, पण गुंतलेलं राहण्यासाठी किती प्रचंड प्रमाणात कष्ट करावे लागतात, हे जाणून तुम्हाला चकित व्हायला होईल.

स्वभावतः मानवप्राण्याचा कल कमी कष्टाचा, कमी त्रासदायक मार्ग निवडण्याकडे असतो. एकदा तुम्ही थोडेसे जरी सुस्त पडलात, तरी तुम्ही निसरड्या उताराला लागता. आणि प्रत्येक गोष्ट करताना तुम्ही ती नीट न करता नुसती उरकताय असं लक्षात येतं.

लवकरच लोक असं म्हणायला लागतात, "त्याला तुम्ही काहीही करायला सांगितलं तरी तो गोंधळ घालतोच घालतो."

आणि एकदा लोक तुमच्याकडे गोंधळ घालणारा म्हणून पाहू लागले की, मग कुणीही तुमच्या सोबत वैयक्तिक जाळं निर्माण करायची इच्छा ठेवत नाही. तुम्ही चांगले संबंध शोधायचा कितीही प्रयत्न केला तरी ते सहजी सापडत नाहीत, आणि त्याच वेळी तुम्हाला वाईट संबंध टाळणंही अशक्य होऊन बसतं.

वाईट संबंध आजूबाजूला असल्याने, तुम्हाला तुमची ऊर्जा कमी झाल्यासारखी वाटेल, तुम्ही स्थिरत्व गमावाल, काळजी, चिंता आणि भीती तुमचं मन पोखरून काढतील.

एक झेनगो अशी, 'प्रत्येक पाऊल म्हणजे शिकण्याचं एकेक ठिकाण.'

माझं हे आवडतं वचन आहे - आपण कुठेही गेलो, तरी काहीतरी शिकायला असतं आणि आपण जे काही करतो, ते असतं आचरण, प्रत्यक्ष सराव, कृती.

"प्रत्येक गोष्टीसाठी शिस्तीची गरज असते," असं झेन सांगतं. आणि त्यासाठी आपण झझेन करताना, जेवताना, साफसफाई करताना, अगदी आपला चेहरा धुतानाही सारखंच लक्ष सर्व गोष्टींमध्ये दिलं पाहिजे, स्वतःला समर्पित केलं पाहिजे.

हे तुमच्या कामालाही लागू होतं. मोठ्या प्रकल्पांसाठी जीव ओतून काम करायचं, आणि छोटे प्रकल्प कसेतरी उरकायचे, हे स्वीकारार्ह नसलं पाहिजे. वाईट नातेसंबंध म्हणजे हेच असतं.

तुमच्या समोर असलेल्या प्रत्येक कामामध्ये जीव झोकून दिला पाहिजे. असं केल्यामुळे, आपोआप तुम्ही चांगले संबंध निर्माण कराल.

एखाद्या दुर्लक्षित किंवा कमी महत्त्व दिलेल्या प्रकल्पाचं काम तुम्ही मुद्दामहून मनापासून केलंत, तर इतर लोकांच्या ते लक्षात येईल.

लवकरच, पुढच्या एखाद्या प्रकल्पासाठी तुम्हाला सुपरवायझर म्हणून टीममध्ये सामील होण्यासंदर्भात विचारणा होऊ शकेल. त्यामुळे त्या टीम-सदस्याशी असलेले तुमचे संबंध सखोल होतील आणि परिणामी चांगल्या संबंधांच्या चक्राला सुरुवात होईल.

३३

इतरांना शरण जा

नातेसंबंध जपण्याचं सर्वोत्तम गुपित म्हणजे
"तुमच्यानंतर मी" म्हणणं.

मी बाग रचनाकार असल्यामुळे मला बरेचदा विविध देशांना भेटी द्याव्या लागतात. मला एक गोष्ट नेहमी जाणवते, ती अशी की, प्रत्येक देशाचं स्वतंत्र असं राष्ट्रीय व्यक्तिमत्त्व असतं, वैशिष्ट्यं असतात.

उदाहरणार्थ, चीनमध्ये रस्त्यावरून कार चालवताना कुणीही इतरांच्या कार्सची पर्वा करत नाही, कुणीच नमतं घेत नाही. एखाद्याला दुसऱ्या लेनमध्ये जायचं असल्यास, तो सरळ त्या लेनमध्ये घुसखोरी करतो आणि आपला मार्ग मिळवतो. त्यामुळे तिथले रस्ते जणूकाही युद्धभूमी असावेत, असं वाटतं.

यावरून असं वाटतं की, प्रत्येक जण दुसऱ्यावर चढाई करायच्या प्रयत्नांत आहे आणि चीनमध्ये हे स्वाभाविक असतं - तुम्ही असं म्हणू शकता की, हे राष्ट्रीय व्यक्तिमत्त्व तिथल्या संस्कृतीच्या मागण्यांनाही शोभून दिसतं.

याउलट, जपानमध्ये तुम्ही जर सातत्याने स्वतःला पुढे रेटलं, तर तुमच्या कामावर आणि नातेसंबंधांवर वाईट परिणाम होतो.

खंबीर असणं ही एक बाब झाली, पण आक्रमक स्वाभिमानामुळे तुम्हाला आजूबाजूच्या लोकांची मनं जिकणं कठीण जातं.

''त्याच्या हातात जोवर काही मिळत नाही तोपर्यंत तो कधीही समाधानी होत नाही. त्यामुळे त्याला काय करायचंय ते करू देत.''

यामुळे जेव्हा तुम्हाला सहकार्य, मदत आणि एकमेकांसोबत काम करायचं असतं, तेव्हा लोक पाठ फिरवतात.

माझ्या मते सर्वोत्तम जागा असते ती दुसरी, जिथे तुम्हाला ''तुमच्यानंतर मी'' असं म्हणण्याची क्षमता प्राप्त होते. जो माणूस पहिल्यादा जातो, तो काही काळासाठी तरी तुमच्या मार्गातून बाजूला होतो. मग तुम्ही स्वतः अधिक चांगलं कसं होता येईल, यावर लक्ष केंद्रित करू शकता किंवा कामावर लक्ष केंद्रित करू शकता. तसंच गोष्टी जाणून घेऊन ज्ञान किंवा कौशल्यं आत्मसात करू शकता.

आता तुम्ही दुसऱ्या क्रमांकाच्या शक्तिशाली पदावर येता, तेही अजिबात न हलता. ही सर्वांत चांगली जागा आहे. जे स्वतःला पहिल्या स्थानी ठेवतात त्यांच्या उलट तुमचं घडतं. तुम्हाला एकदा का ती जागा मिळाली की, कोणी तुमच्या योजना उधळून लावण्याची शक्यता कमी असते.

त्याऐवजी, इतर लोक तुम्हाला मदतीचा हात द्यायला तयार असतात. तुमच्याही न कळत तुम्हाला नेतृत्वाची कौशल्यं मिळालेली असतात, जरी तुम्ही 'तुमच्यानंतर मी' या पदावर असलात तरी.

कामाबाहेरच्या प्रसंगांत, 'तुमच्यानंतर मी' ही मानसिकता तुमच्या आजूबाजूच्या गोष्टी उजळवते आणि इतरांना आनंदित करते. जेव्हा ट्रेनमध्ये तुम्ही आणि आणखी कुणीतरी एकाच जागेवर 'ती माझी आहे,' असा

दावा करता, आणि कोणीच माघार घेत नाही, तेव्हा वातावरण तणावग्रस्त होतं. अस्वस्थता पसरते. पण तुम्ही म्हणालात, "तुम्ही बसा." तर तुमचे आभार मानले जातात आणि सुहास्य मिळतं.

किंवा जेव्हा तुम्ही मित्रमैत्रिणींसोबत बाहेर जेवायला जाता, तेव्हा स्वतःला पहिल्यांदा वाढून घेण्याऐवजी, तुम्ही "पहिले तुम्ही घ्या, मग मी घेतो," असं म्हणाल्यास तुम्ही प्रेमळ आणि चांगले आहात अशी तुमची ख्याती विकसित होईल.

बऱ्याच लोकांना पहिल्यांदा जाण्याची संधी देणं हे आवडतं आणि त्यामुळे तुमचं स्थान निश्चित करण्यासाठी तुम्ही काही उलटसुलट बदमाशी करत नाही, असं दिसतं. तुम्हाला सहजता जाणवते आणि आत्मविश्वासही, यापेक्षा आकर्षक काय असेल?

एक झेन शिकवण अशी, 'मृदू चेहरा, प्रेमळ शब्द.'

मी प्रकरण २१मध्ये प्रेमळ शब्दांबद्दल याआधीच सांगितलं आहे. मृदू चेहरा हे आणखी जरा वेगळं आहे. 'सुखवतीव्यह सूत्र' या बौद्ध ग्रंथातला हा वाक्प्रचार आहे. यामध्ये असं सांगितलं आहे की, इतरांशी बोलताना शांत स्मित करा आणि टिप्पण्याही इतरांना न दुखावता करा.

शांत स्मित आणि न दुखावणारं बोलणं दोन्ही बाबी दानाच्या आध्यात्मिक सात भेटींमध्ये समाविष्ट आहेत. जेव्हा आपण 'मृदू चेहरा, प्रेमळ शब्द' प्रत्यक्ष आचरणात आणतो, तेव्हा आपण एकाच वेळी सात आध्यात्मिक दानांपैकी दोन दानं करतो.

इतरांसमोर माघार घेऊन 'तुमच्यानंतर मी' हा वाक्प्रचार 'मृदू चेहरा, प्रेमळ शब्द' यांचं प्रत्यक्ष आचरण करतो. रोजच्या जीवनात 'मृदू चेहरा, प्रेमळ शब्द' आचरणात आणून, आपण आपला आजूबाजूचा भोवताल तेजाळतो, आनंद पसरवतो, आणि सहजतेची जाणीव वाढवतो. विश्वास बसणार नाही एवढी ही चांगली बाब आहे.

आयुष्य म्हणजे दिवसांचा संचय. प्रत्येक दिवशी जास्तीतजास्त सहजता शोधत जाण्याचा मार्ग परिपूर्ण जीवनाकडे जातो.

तुमच्या मार्गदर्शक तत्त्वांमध्ये 'तुमच्यानंतर मी ' या वाक्प्रचाराची भर घाला, अशी मी तुम्हाला विनंती करतो.

३४

'तर्का'ला कधी आपल्या हातात शस्त्रासारखं घेऊ नका

स्वत:ची लाज राखणं सगळ्यांसाठीच महत्त्वाचं असतं.

अनेक जणांकडून मी ऐकतो की, त्यांचे नातेसंबंध अनपेक्षित पद्धतींनी बिघडतात.

यामधून त्यांना काय सांगायचं असतं?

पण त्याआधी 'विन-विन' या संकल्पनेचा पहिल्यांदा विचार करू या. म्हणजे अशी परिस्थिती जी सगळ्यांसाठी फायदेशीर असते. हा वाक्प्रचार नक्की केव्हा प्रचलित झाला, हे मला माहीत नाही, पण माझ्यामते स्टीव्हन आर. कोव्हे या जगप्रसिद्ध लेखकाच्या 'सेव्हन हॅबिट्स ऑफ हायली इफेक्टिव्ह पीपल' या पुस्तकामुळे हा वाक्प्रचार प्रसिद्ध झाला असावा.

याचा संबंध कदाचित जपानी संकल्पना, 'लाज राखणं' याच्याशी आहे असं म्हणता येईल. आम्ही जपानी लोक ही संकल्पना आमच्या मनात बागळतो – मग ते व्यवसायाशी संबंधित असो नाहीतर वैयक्तिक नातेसंबंधांशी संबंधित.

तुमचंच बरोबर आहे, असं तुम्ही दामटवलं आणि इतरांचं ऐकण्यास नकार दिला, तर तुमच्या नातेसंबंधांत आपोआप कडवटपणा येतो आणि सगळं काही विस्कटायला सुरुवात होते.

''तुला नाही समजत, चुकीचं आहे तुझं. हे असं आहे, समजलं!''

अशा रीतीने तर्क कायम तुमच्याच बाजूने असतो असं मानल्यामुळे, किंवा तुमचं मत इतरांवर थोपवल्यामुळे, तुम्हाला कधीही मित्र जोडता येणार नाहीत.

ही 'तर्कवादी' भूमिका आहे असं प्रतिपादन केल्याने, तुम्ही आपोआपच ज्याच्या बरोबर बोलत असता, त्या माणसापेक्षा वरच्या पातळीवर जाता. यामुळे विश्वास, समजूतदारपणा यांच्या पायावर नातेसंबंध उभारले जात नाहीत.

तरी आश्चर्याची बाब म्हणजे अनेक जण असं करतात.

आत्ता वाचणाऱ्यांनी आणि ''आता तुम्ही उल्लेख केला, कदाचित मीही नेहमी माझंच बरोबर म्हणून घोडं दामटवतो किंवा माझ्याच पद्धतीने गोष्टी करतो,'' असे म्हणणाऱ्यांनी याचा नक्कीच विचार केला पाहिजे. तुम्ही नक्कीच तुमचे नातेसंबंध बिघडवत आहात, जे तुम्हालाही समजत नाहीये आणि तुमचं हे वागणं धोकादायी आहे, ज्यामुळे तुम्हाला खूप पश्चात्ताप होईल.

आपल्याच म्हणण्यावर विश्वास असलेले आणि तेच म्हणणं खरं वाटणारे अनेक लोक तुम्हाला सापडतील. पण काहींची मतं किंवा कल्पना तुमच्यापेक्षा वेगळ्या असल्या, तरी त्यांना गप्प बसवणं हा अप्रगल्भपणा आहे.

जरी तुम्ही इतरांच्या मतांबाबत किंवा पद्धतींबाबत असहमत असाल, तरी त्यांची मतंही योग्य आहेत याचा स्वीकार केल्याने, तुम्हाला तुमच्यातली सहिष्णू वृत्ती इतरांना जाणवून देता येऊ शकते. आणि असं

केल्याने तुमची पतही शक्तिशाली होईल. असं केल्याने, तुम्ही तुमची लाज राखू शकता आणि उगाचचा संघर्ष टाळू शकता.

अचूक कल्पना किंवा मत असं काही नसतं. प्रत्येक गोष्टीकडे पाहण्याचे वेगवेगळे दृष्टीकोन असतात.

मला अशी अनेक उदाहरणं किंवा प्रसंग आठवतात, जेव्हा इतरांची मतं किंवा कल्पना स्वीकारल्यामुळे मला माझ्या विचारांच्या मर्यादा जाणवल्या आहेत आणि त्यामुळे मला माझ्या चुका समजण्यास मदत झाली आहे.

स्वतःची लाज राखण्याचा अर्थ असा नव्हे की, तुम्ही कुणापुढे शरणार्थी व्हावं किंवा तुमची प्रतिष्ठा, पत खाली आणावी.

उलट, प्रत्येकाने लाज राखण्यातलं शहाणपण असं की, त्यामुळे तुम्हाला तुमची स्वतःची विचार करण्याची पद्धत विस्तारता येते आणि खोल करता येते. तसंच तुम्हाला नातेसंबंध जोडता येतात, कामामध्ये चांगला परिणाम घडवून आणता येतो आणि व्यक्तिमत्त्वाचा, स्वतःचा विकास साधता येतो.

लाज राखण्यासाठी इतरांना सामर्थ्य दिल्याने, तुम्ही तुमचं मत योग्य प्रकारे विचारात घेण्याची संधी निर्माण करता, त्यामुळे लोक त्यांच्या खऱ्या भावना मोकळेपणाने सांगण्याचा खुलेपणा दाखवतील. प्रत्येक बाजूला दुसऱ्या बाजूकडून काहीतरी शिकण्यासारखं असतं. सकारात्मक पर्यावरण निर्माण करणं आणि नातेसंबंध सशक्त करणं म्हणजे हेच असतं.

समोरच्याला गप्प बसवून, एखाद्याशी वाद घालण्यातून केवळ पोकळ विजय प्राप्त करता येतो.

प्रत्येकाची लाज राखली जाईल अशा मैत्रीपूर्ण स्पर्धेवर आधारलेलं नातं तुम्हाला आवडेल की नाही? मला वाटतं, तुम्हाला उत्तर आधीच कळलं आहे.

३५

दिवसातून दहा मिनिटं निसर्गाच्या सान्निध्यात घालवा

असा क्षण शोधा, जेव्हा तुमचा आत्मा अचानक मुक्त होईल.

''एवढ्या गोष्टी करायच्या असतात ना... मलाही कळत नाही दिवस आला कधी, गेला कधी.''

लोक अत्यंत वेगवान आयुष्य जगतात, आणि प्रत्येक गोष्ट सुपरचार्ज्ड झालेली आहे. आपला मेंदू प्रत्येक पाऊल टाकताना खरोखरचा सावध असतो. यावरून मला असं वाटतं की, आपल्या अंतःप्रेरणा आणि संवेदनशीलता यांना फार कमी प्रमाणात उत्तेजन मिळतं.

ज्ञान आणि शिक्षण यांपेक्षा अंतःप्रेरणा आणि संवेदनशीलता यांच्या मजबूत धाग्यांनी लोक एकमेकांशी जास्त चांगल्या प्रकारे बांधले जातात. कदाचित आपली आयुष्यं एवढ्या वेगाने पुढे जात असल्याने, लोकांच्या अंतःप्रेरणा आणि संवेदनशीलता मृतवत झाल्या आहेत, त्यामुळे अवघडलेल्या, विचित्र किंवा कमकुवत नातेसंबंधांची निर्मिती होताना दिसते.

जेव्हा आपण आपल्या अंतःप्रेरणेला आणि संवेदनशीलतेला काम करू देतो, तेव्हा आपल्या मेंदूच्या विचार करणाऱ्या भागाला विश्रांती देणं गरजेचं असतं, असं मला वाटतं. मी काही मेंदूवैज्ञानिक नाही, पण जेव्हा तुम्ही विचार करणं थांबवता, तेव्हा न्यूरोट्रान्स्मीटर रसायन सीरोटोनिन मेंदूमध्ये स्रवतं. त्यामुळे आपण विश्रांत होतो आणि आपल्या अंतःप्रेरणा आणि संवेदना यांमध्ये अधिक खोलात जातो.

जेव्हा तुम्ही झॅझेन अर्थात ध्यानाला बसता, तेव्हा हेच अनुभवता. पण दिवसातून एकदा ध्यानाला बसणं कदाचित शक्य नसू शकतं.

आणि म्हणूनच निसर्ग अनुभवण्यासाठी वेळ काढा, असं मला सांगायला आवडेल. तसं मी सुचवेन.

''छान आणि चांगला सल्ला आहे हा, पण मी तर राहतो शहरात. इथे निसर्गाचा आनंद घेणं तितकं सोपं नाही.''

काहीच हरकत नाही. शहरांमध्ये असं घडू शकत नाही की, तुम्ही घराबाहेर पडलात आणि तत्काळ निसर्गाच्या सान्निध्यात गेलात. पण तरीही तुम्ही लहानशा पातळीवर तरी निसर्गाचा अनुभव घेऊ शकता.

सकाळी खिडकी उघडा किंवा तुमच्या घराला बाल्कनी असेल, तर बाहेर जाऊन वाऱ्याचा नाद ऐका किंवा पक्ष्यांची किलबिल ऐका. तुम्ही जवळच्या बागेमध्ये जाऊन कोणत्या झाडांना बहर आला आहे, हे पाहू शकता. किंवा रात्री खिडकीमधून तुम्ही बदलत्या ऋतूची चाहूल अनुभवू शकता किंवा चंद्राच्या बदलत्या कलांचं निरीक्षण करू शकता.

यासाठी फार वेळ काढायची गरज नाही. तुमच्याकडे जितका वेळ असेल, त्या वेळात तुम्ही निसर्गाचा अनुभव घ्या. त्या वेळेत तुमचं मन कोरं करा. या वेळेमध्ये तुमच्या अंतःप्रेरणांना सखोल होऊ द्या आणि संवेदनशीलता परत मिळवा.

एक झेनगो अशी आहे : 'जेव्हा तुम्ही फूल पाहाल, त्याचा आनंद घ्या, जेव्हा चंद्र पाहाल, तेव्हा चंद्राचा आस्वाद घ्या.'

याचा अर्थ असा मी निसर्गासोबतच्या प्रत्येक भेटीचा अनुभव पूर्णपणे घ्या.

दुसऱ्या शब्दांत, अनावश्यक गोष्टींची चिंता करू नका. तुमच्या मनाला वाहतं राहू द्या आणि तुमचं शरीर, आत्मा निसर्गाबरोबर जाऊ द्या.

जर तुम्ही सकाळी खूप व्यग्र असाल किंवा तुमच्या जवळ बाग नसेल किंवा रात्री चंद्र पाहण्याएवढा वेळ तुमच्याकडे नसेल... तर मग कामाच्या ठिकाणी दहा ते बारा मिनिटांचा ब्रेक घेऊन ऑफिसच्या गच्चीवरून सूर्यास्त पाहा किंवा तिथे असणाऱ्या झाडांच्या हिरवाईकडे किंवा हिरवळीकडे पाहा.

'दर दिवशी सूर्य थोडा आधी अस्ताला जातो आहे.'

'अरे, त्या झाडाची पानं रंग बदलू लागली आहेत.'

असे विचार अचानक तुमच्या मनात येतील, कारण तुम्ही निसर्गाशी जोडले गेलेले असाल. आणि हळूहळू तुम्ही जसजसं अंतःप्रेरणा आणि संवेदनशीलता यांमध्ये खोल खोल उतरता, तसं तुमचं मन दररोजच्या कटकटी आणि ताणांमधून मुक्त होईल.

आता, आपल्या मेंदूचा वापर थांबवा आणि आपल्या अंतःप्रेरणा व संवेदनशीलतेला धार चढवा.

३६

लोकांना तुम्हाला पुन्हा भेटावंसं वाटायला लावा

करिश्मा निर्माण करण्याची झेन पद्धत

सामाजिक नातेसंबंधांमध्ये एक फार महत्त्वाचं तत्त्व असतं. त्याची गुरुकिल्ली आहे चिनी अक्षर - 'जो'.

अनेक जणांना वाटतं की, आपले नातेसंबंध ताणलेले आहेत किंवा आपण लोकांशी बोलण्यात, संभाषण साधण्यात चांगले नाही आहोत.

पण सामाजिक आदानप्रदान हा आपल्या आयुष्यातला महत्त्वाचा भाग असतो.

उदाहरणार्थ, तुम्ही तुमच्या कामाच्या ठिकाणी ''यार, क्लायंटला भेटणं फार दमवणारं असतं,'' असं म्हणालात, तर ते नातेसंबंध कधीही फायदेशीर ठरणार नाहीत. किंवा तुमच्या सोसायटीचं किंवा शेजाऱ्या-पाजाऱ्यांचा मेळावा आहे, आणि तुम्हाला तिथे फार कंटाळा येत असल्याने तुम्ही तिथे जाणं टाळलंत, तर मग या प्रकारे तुम्ही समूहात राहू शकत नाही.

सामाजिकीकरणाचा तिटकारा असण्याचे हे तोटे असतात. आणि या तिटकाऱ्यामुळे आणखी मानसिक ताणतणाव निर्माण होऊ शकतात.

'पण याबद्दल फार काही करण्यासारखं असू शकत नाही, नाही का?'

तुम्ही असा विचार करता का?

माझ्या मते, यातून बाहेर पडायचा मार्ग काही तितका कठीणही नाही.

मी याआधी सांगितल्याप्रमाणे महत्त्वाचं काय आहे, तर चिनी अक्षर 'जो'.

कन्फ्यूशिअसच्या 'द ॲनालेक्ट्स'मध्ये हे अक्षर येतं. या पुस्तकात कन्फ्यूशिअस आणि त्याचा शिष्य, झिगाँग यांच्यातला संवाद आहे. शिष्य आपल्या गुरूला विचारतो की, आयुष्यातलं सगळ्यात महत्त्वाचं आचरण कोणतं? त्यावर कन्फ्यूशिअस उत्तरतो, "'जो'चं काय?"

'जो'च्या व्याख्येबद्दल अनेक वाद झाले आहेत. काही म्हणतात, सहानुभूती किंवा सहकार्य. किंवा कदाचित क्षमा. कन्फ्यूशिअस शिष्याच्या आणखी एका प्रश्नाला उत्तरतो, "तुमच्या बरोबर जे केलेलं आवडणार नाही, तसं तुम्ही इतरांशी वागू नका."

हे सांगणं परिचित आहे ना. 'जो'चा गर्भितार्थ हाच आहे.

सामाजिक नात्यांचं ते एक तत्त्व आहे आणि सहकार्याचा अर्क आहे. तुमच्याशी जे केलेलं तुम्हाला आवडणार नाही, ते इतरांबाबतीतही करू नका. तुम्ही जर हा साधा नियम पाळलात, तर खात्रीने तुमची सामाजिक कौशल्यं सुधारतील.

"कुणी उशिरा आलं की मला राग येतो."

"त्या माणसाचा उद्धटपणा डोक्यात जातो."

“तिचा आवाज लगेच चढतो, त्यामुळे मला तिला जे सांगायचं आहे, ते कधी सांगताच येत नाही.”

तुम्हाला इतरांच्या अनेक बाबी खटकत असतील, हे साहजिक आहे. जेव्हा तुम्ही त्या गोष्टी स्वतः न करण्याचं ठरवाल, तेव्हा तुम्हाला सकारात्मक बदल दिसतील.

तुम्ही मीटिंग्जना वेळेत गेलात, तर इतर तुमच्यावर विश्वास ठेवतील. तुम्ही नम्र आणि सौजन्यशील राहायचा प्रयत्न केलात, तर इतरांना तुम्ही महत्त्वाचे, गरजेचे वाटाल. शांतपणे बोलल्याने इतरांच्या मनात जोडलं गेल्याची जाणीव निर्माण होते.

विश्वासार्हता, इतर लोकांना तुम्ही हवे असण्याची जाणीव, आनंद आणि समाधान, जोडलेपण... इतरांशी असलेल्या संबंधांवर या सगळ्याचे सकारात्मक परिणाम होतील. आणि तुमचा सामाजिकीरकरणाबद्दलचा तिटकारा लवकरच जाईल.

लोकांनी काय केल्याने तुम्हाला आनंद होतो, ते इतरांसाठी करून तुम्ही आणखी एक सक्रिय पाऊल पुढे टाकू शकता. अशा गोष्टी ज्यामुळे तुम्हाला छान वाटतं आणि तुम्हाला आभार मानावेसे वाटतात.

उदाहणार्थ, कधीतरी तुम्ही क्लायंटच्या ऑफिसजवळ असताना भेटायला गेलात, तेव्हा त्यांनी तुमचे आभार मानले होते हे तुम्हाला आठवतं, किंवा तुम्ही ईमेल पाठवल्यावर, तो माणूस त्वरित त्याला उत्तर पाठवतो. यामुळे तुम्हाला चांगलं वाटतं किंवा एखादा सहकारी सगळ्यांसाठी कॉफी आणतो, हे तुमच्या लक्षात राहतं... इतरांनी तुमच्याकडे पाठवलेला प्रेमळपणा तुम्ही इतरांना परत पाठवून त्याचा विस्तार करू शकता.

कन्फ्यूशिअसचे शब्द आपण नीट ऐकू शकतो. ते असे, “तुमच्या बरोबर जे केलेलं आवडत नाही, ते इतरांसोबत करू नका.”

हे तत्त्व आचरणात आणल्यास, तुमच्या लक्षात येईल की तुम्ही करिश्मा निर्माण करायला सुरुवात कराल. आणि लोकांना तुम्हाला जाणून घ्यायला आवडेल.

डोजेन झेनजींनी अशी संकल्पना सांगितली होती, ज्याला 'दोजी' असं म्हणतात.

त्यांनी सांगितलं की, आपण स्वतःला दुसऱ्यांच्या स्थितीत पाहायला शिकलं पाहिजे. जेव्हा इतर जण आनंदात असतात किंवा दुःखात असतात, तेव्हा आपल्यालाही तसंच वाटलं पाहिजे. कन्फ्यूशिअसने सांगितलेल्या सहानुभवाप्रमाणे.

आता, अजूनही तुम्हाला सामाजिकीकरणाचा तेवढाच तिटकारा वाटतोय का?

३७

तिथल्या तिथे चुका मान्य करा

*केवळ शब्दांद्वारेच नाही, तर भावनिकदृष्ट्याही
ही बाब पोहोचवण्याचा प्रयत्न करा.*

तुमच्या मित्रांबरोबरचा तुमचा गतकाळ कसा आहे?

प्रदीर्घ मैत्रीच्या प्रवाहामध्ये, कधीकधी गैरसमज होणं किंवा काही गोष्टी चुकीच्या पद्धतीने घेतल्या जाणं साहजिक असतं. आणि त्यामुळे कदाचित एकमेकांच्या मनात दरी निर्माण होऊ शकते.

खूप चांगल्या मित्रांमध्ये कधीही भांडण झालं नाही, असं फार क्वचितच आढळतं. महत्त्वाचं असतं की, तुम्ही ते कसं हाताळता, समेट कसा घडवता हे. तुम्ही निष्काळजी असाल, तर तुम्ही एवढ्या कष्टाने तयार केलेला तो बंध तोडू शकता.

गैरसमजामुळे किंवा वाईट प्रकारे माफी मागितल्यामुळे चांगला, खरा नातेसंबंध तुटू देणं हे खरोखरच वाईट असतं. त्याशिवाय तुमचं आयुष्य कमी रसरशीत होईल, असं म्हणणं अतिशयोक्ती ठरणार नाही.

'तुमच्या चुका सुधारण्यामध्ये वेळ दवडू नका.'

कन्फ्यूशिअसच्या ‘ॲनालेक्ट्स’मधलं हे प्रसिद्ध वचन आहे, पण ते प्रत्यक्ष आचरणात आणणं फार कठीण असू शकतं. जरी तुम्हाला समजलं की, तुमच्यामुळेच ही अडचण किंवा समस्या निर्माण झाली, तरी काही कारणामुळे तुम्ही माफी मागण्यास तयार होत नाही. एवढ्या चांगल्या मित्रापाशी चूक झाल्याचं कबूल करणं खरंच एवढं कठीण असतं का?

ॲनालेक्ट्समध्ये असंही सांगितलं आहे, ‘‘चूक झाल्यानंतरही आपलं वागणं न बदलणं, म्हणजे चुकणं.’’

चूक केल्यानंतर त्याबद्दल माफी न मागणं हीच एक मोठी चूक असते. माफी कधी आणि कशी मागायची याचा विचार करत असताना, परिस्थिती जास्त गुंतागुंतीची होत जाते आणि मग तुमचं नात सुधारण्यापलीकडे जाण्याचा धोका तुम्ही पत्करता.

माफी मागणं तत्काळ आणि व्यक्तिशः असलं पाहिजे. तुम्ही जितका जास्त वेळ थांबता, तितकी ती गोष्ट करणं कठीण होऊन बसते. माफी मागण्याच्या बाबतीत फार काही वेगळं घडत नाही.

जरी तुम्ही लगेच ‘सॉरी’ म्हटलं, पण त्यामध्ये समेट करण्याचा प्रयत्न नसेल, तर जसजसा काळ पुढे जातो, तसतशी परिस्थिती कठीण होते. दुसऱ्या माणसाला कसं वाटेल, याची कल्पना करणं काही एवढं कठीण नसतं.

‘जेव्हा तो लगेचच ‘सॉरी’ असं म्हणाला, तेव्हा त्याला खरंच मनापासून तसं वाटत होतं असं वाटलं तरी नाही,’ याचं रूपांतर ‘या माणासाचा प्रॉब्लेम तरी काय आहे? त्याच्यामुळे मी दुखावलो गेलोय, हे त्याला कळलंही नसेल माझ्या मते.’ आणि मग ‘बहुधा तसाच माणूस आहे तो. मला कधीही असं वाटलं नव्हतं.’ असं होतं. आणि अखेरीस, ‘मूर्ख कुठचा! आम्ही इतके दिवस मित्र होतो, यावर माझा विश्वासच बसू शकत नाही.’

वैयक्तिक पातळीवर माफी मागणं फार महत्त्वाचं असतं.

झेनमध्ये एक शब्द आहे, 'मेंजू', म्हणजे समोरासमोर.

त्याचा अर्थ असा की, गुरू आणि शिष्यांनी समोरसमोर भेटणं. बौद्ध तत्त्वज्ञानातल्या महत्त्वाच्या शिकवणी गुरूने शिष्याला ग्रंथात जे लिहिलं आहे त्यानुसार नव्हे, तर थेट एकमेकांच्या सान्निध्यात सांगायच्या.

क्षमा मागण्याला हे अगदी योग्यरीत्या लागू होतं.

आता ईमेल हे आपलं संवादाचं मुख्य माध्यम झालेलं आहे. पण तरी आपल्याला एखाद्याबद्दल काय वाटतं किंवा तुम्ही खरोखरीच काय विचार करता, हे सांगण्यासाठी ते पुरेसं नसतं.

कोणालातरी तुमची माफी मागायची आहे, असा विचार करा. जर तुम्हाला ''सॉरी, मी त्या दिवशी असं वागायला नको होतं,'' असा ईमेल आला, तर तुम्हाला समोरच्याने गंभीरपणे, खरोखरीच माफी मागितली आहे असं वाटेल का? की ईमेलने माफी मागितल्यामुळे, तुम्ही आणखी दुखावले जाल?

माफी मागण्यापुरतं हे सीमित नाही. कोणतीही खरी भावना व्यक्तिशः भेटून व्यक्त करणं कधीही चांगलं असतं. इतरांबद्दल वाईट वाटणं, इतरांचे प्रभाव, त्यांचा विचार करणं – या साऱ्या गोष्टी थेट आणि व्यक्तिशः भेटून पोहोचवणं महत्त्वाचं असतं. भावनांची खरी खोली प्रत्यक्ष भेटल्याने समजते – तुमच्या हावभावांवरून, आवाजावरून आणि तुमच्या वागण्यामधून.

आणि या गोष्टी थेट, समोरासमोर असताना दिसू, समजू शकतात.

३८

मदत हवी असल्यास बिनदिक्कत मागा

कुणीतरी हात पुढे करेलच.

एक झेनगो अशी, 'दार उघडा; तुम्हाला दीर्घ आयुष्य आणि आनंद सापडेल.'

याचा अर्थ असा की, खुलेपणा आणि प्रामाणिकपणामुळे अनेक चांगल्या गोष्टी तुमच्याकडे येतील.

जेव्हा तुम्ही कठीण काळातून जात असता, जेव्हा अडचणींचा सामना करत असता, जेव्हा तुम्हाला एकट्याने परिस्थिती हाताळणं कठीण होतं तेव्हा असं समजावं की, तुम्ही सगळ्याचा भार एकट्याने उचलण्याची गरज नाही.

मन खुलं करा. जेव्हा तुम्हाला आधाराची गरज वाटेल, तेव्हा सगळं ओझं स्वतःच्या खांद्यावर घेण्याऐवजी सर्वांत चांगला मार्ग म्हणजे मदत मागा. शालीनता आणि चिकाटी हे गुण नक्कीच अभिमानास्पद आहेत, पण काही वेळा त्यामुळे खडतर परिस्थितीलाही सामोरं जावं लागतं.

इतरांची काळजी घेणं हे त्याचं उत्तम उदाहरण आहे. ज्या समाजांमध्ये वृद्ध लोकसंख्या जास्त असते, तिथे अशा काळजी घेण्याची गरज असलेल्या वृद्धांचं प्रमाणही सातत्याने वाढेल. त्यामुळे कुटुंबांवरचं ओझं वाढेल.

'हे माझे वडील आहेत,' किंवा 'आई किंवा नवरा किंवा बायको' – असे कोणीतरी नातेवाईक आहेत. त्यामुळे 'मला त्यांची काळजी घेतलीच

पाहिजे,' असा विचार लोक करतात. मग ते कितीही कष्टप्रद का असेना, कितीही कठीण का जाईना, त्यामुळे कितीही समस्या, संकटं का येईनात, ही माणसं 'ब्र'ही न उच्चारता काळजी घेत राहतात. आणि मग लवकरच आपल्याला दिसून येतं की, ज्येष्ठ लोक काळजी घेणारे होतात, म्हातारपणाकडे झुकणारी माणसं वृद्धांची काळजी घेतात, परिणामी ही परिस्थिती एके दिवशी हाताबाहेर जाते आणि त्याचा शेवट वाईट होतो.

कामाच्या ठिकाणच्या अडचणीदेखील कधीकधी सहन करण्यापलीकडच्या असू शकतात. 'कारोशी'(अति कामामुळे मृत्यू) नावाची एक संकल्पना आहे. सहकाऱ्यांबरोबर झालेल्या संघर्षामुळे किंवा ग़ुपरवायझरने त्रास दिल्यामुळेही औदासीन्यग्रस्त व्हायला होतं. लोक त्यांच्या सहनशक्तीच्या मर्यादेपलीकडे जाऊन त्रास सहन करू शकतात.

तेव्हा कृपया, सगळं ओझं स्वतःच्या खांद्यावर घेऊ नका. मदत मागायला का-कू करू नका. तुम्ही तुमचं मन जरी मोकळं केलं, तरी ते शांत होईल आणि कोणीतरी नक्कीच मदतीचा हात द्यायला पुढे येईल.

"दुःख, भोग जर एकत्र मिळून स्वीकारले, एकत्र वाहून नेले, तर त्यांचं रूपांतर आनंदात होतं."

शांततेसाठी नोबेल पारितोषिक मिळालेल्या मदर तेरेसा यांचे हे शब्द आहेत. जर आपण सुरुवातीपासून आपल्याशी प्रामाणिक असू आणि खुले असू आणि आपण आपलं दुःख शब्दांत व्यक्त केलं, तर ते शब्द कुणाच्यातरी कानांपर्यंत नक्की पोहोचतील, ज्यामुळे आपला त्रास, खडतर काळ कमी करण्यात कोणीतरी मदत करेल. आपले त्रास इतरांसोबत वाटून घेतल्याने त्याचं आनंदात रूपांतर होईल.

का-कू करण्याची काहीच गरज नाही.

तुम्हाला आत्ता कुणाशी बोलायचं आहे का? लगेच बोला.

३९

चांगले श्रोते व्हा

नात्यांमध्ये देवाण-घेवाण असतेच.

''तो सतत कुरकुर करतो, रडगाणं गातो. तो आजूबाजूला असला तरी मला ते सहन होत नाही.''

''स्वतःला किती कमी लेखायचं, कंटाळा आला तेच ते ऐकून!''

जवळपास रोज आपण अशी वाक्यं ऐकतो.

विनोदाने काहीतरी बोललेलं असो किंवा गंभीर संभाषण असो, कुणाशीही साधलेल्या संवादातला सर्वांत चांगला भाग म्हणजे देवाण-घेवाण. पण कामाच्या ठिकाणी तसंच आयुष्यात ईमेल आणि मेसेज या संवादमाध्यमांमुळे आपण एकमेकांचे चेहरे पाहणं हरवून बसतो आणि क्षणाक्षणाला देवाण-घेवाणीची ही लय बिघडते. त्यामुळे होतं काय, तर आपल्याला जे म्हणायचं असतं, ते आपल्या आतच साठून राहतं.

त्यामुळे लोकांनी अधूनमधून आपल्या तक्रारी, गाऱ्हाणी मांडणं, मन मोकळं करणं हे समजण्यासारखं असतं. तसं केल्याने आपल्यावरचा ताण कमी होण्यास फायदाच होतो.

ज्या व्यक्तीला गाऱ्हाणं मांडायचंय, तिला चांगला श्रोता मिळाला तर तिला आवडेल. पण जर एखादा माणूस आपलं मन मोकळं करत असताना, समोरची व्यक्ती उघड तोंड वाकडं करून "किती तक्रारी?" असं काही म्हणत असेल, तर त्याचा उलटा परिणाम होईल. बोलणाऱ्याचं मन हलकं होण्याऐवजी त्याच्या मनावरचा ताण वाढेल. कदाचित त्यामुळे ती व्यक्ती स्वतःचा तिरस्कारही करू लागेल.

श्रोता म्हणून तुम्हाला एक बाब नीट समजून घेतली पाहिजे, ती म्हणजे तुम्हाला समोरच्या व्यक्तीचं बोलणं स्वीकारलं पाहिजे, त्या बदल्यात तिला आपलं मत सांगितलं पाहिजे आणि सहानुभूतीही दर्शवली पाहिजे. हे करतानाच, तुम्ही संवादामध्ये अडथळा होणार नाही किंवा प्रवाह खंडित होणार नाही, याचाही काळजी घेतली पाहिजे.

"कुणी मला तसं बोललं असतं, तर मीही फारच चिडले असते."

"समजलं मला. त्याबद्दल राग येणं साहजिक आहे."

अशा प्रकारच्या प्रतिसादांमधून सहानुभूतीचा संकेत जातो, आणि जेव्हा तुम्ही त्या व्यक्तीचं ऐकत आहात हे स्पष्ट होतं, तेव्हा त्या व्यक्तीला त्याची तक्रार उगाचच किंवा क्षुल्लक आहे, असं वाटत नाही. उलट त्यामुळे त्याचा ताण मोठ्या प्रमाणात हलका होतो.

अर्थात, बोलणाऱ्या व्यक्तीने अशा चांगल्या श्रोत्याची परतफेडही केली पाहिजे. जेव्हा पुढच्या वेळी तुम्हाला राग येईल, बोलावंसं वाटेल, तेव्हा त्या माणसानेही तितक्याच लक्षपूर्वक तुमचं म्हणणं ऐकलं पाहिजे.

हे आदान-प्रदान, देणं-घेणं हे चांगले नातेसंबंध स्थापित करण्याचं गुपित असतं. तुम्हाला हवं असेल तेव्हा तक्रारींना वाचा फोडण्यासाठी जागा करून देण्याने नातेसंबंध विकसित होतात आणि खोलही होतात.

एक झेन म्हण आहे, 'थंड झुळूक तेजाळ चांदण्याला दूर करते, तेजाळ चांदणं थंड झुळकेला दूर करतं.'

गार झुळूक आणि तेजाळ चांदणं दोन्ही सुंदर असल्याने, ते दोघं एकमेकांना आळीपाळीने जागा देतात आणि एकंदर सौंदर्य सर्वोच्च स्थानी नेतात.

आपण जर हे मानवी नात्यांना लावून पाहिलं, तर आपण असं म्हणू शकतो की, एक मित्र दुसऱ्याच्या खांद्यावर डोकं टेकतो, जो त्यानंतर पहिल्याला आधार देतो. जेव्हा गरज असते तेव्हा प्रत्येक जण एकमेकांवर अवलंबून राहिला तर त्यामुळे विश्वास वाढीस लागून नातं खोल, गहिरं होतं.

जेव्हा प्रत्येकाला आपलं ऐकलं जातं आहे असं वाटतं, तेव्हा खरोखर दोन लोकांमधले बंध मजबूत होतात.

मी याआधी विविध प्रकारचं दान करण्याबद्दल बोललो आहे. त्यांपैकी एक म्हणजे 'प्रेमळ हृदय'.

प्रेमळ हृदय म्हणजे दुसऱ्यांप्रति सहानुभूती, सहानुभाव. कोणाच्यातरी समस्या ऐकून घेण्यासाठी वेळ देणं. निःशंकपणे ही सहानुभूतीची कृती आहे. तुम्हाला हे दान करण्याची संधी मिळाली तर काय? झेन प्रशिक्षणामध्ये दान करणं हे आचरणात आणण्याला फार महत्त्व असतं. कारण दुसऱ्यांच्या अडचणी ऐकून घेणं म्हणजे तुमच्याच हृदयाला आणखी सुधारण्यासारखं असतं. त्यामुळे माणूस म्हणून तुमचं औदार्य अधिकाधिक सखोल होण्यास मदत होते.

४०

फायदे आणि तोटे यांच्या आधारावर निर्णय घेऊ नका

वैयक्तिक फायद्यावर आधारित नसलेली नाती आपणहून उजळून निघतात.

आयुष्यात अनेक महत्त्वाचे टप्पे, तसंच चौकही येतात.

अशा ठिकाणी, आपण आपला मार्ग हरवू शकतो किंवा चिंता, शंका यांनी ग्रस्त होतो.

आपल्याला निवड करण्यासाठी त्या चिंता भरीस पाडतात. आणि मग काय करावं, यासाठी आपल्याला एक निकष लावावा लागतो. अर्थातच, तो आपल्या मूल्यांशी संबंधित असतो.

उदाहरणार्थ, जेव्हा तुम्ही नोकरीचा शोध घेता, तेव्हा कामाचा प्रकार, पगार, फायदे, सुट्ट्या, कामाचं स्वरूप, पद, प्रतिष्ठा आणि कामाचं ठिकाण, यांसारख्या बाबींचा विचार कराल. यामधून तोट्यांपेक्षा फायदे जास्त आहेत का, असा विचार करून निर्णय घ्याल.

फायद्या–तोट्याची ही गणितं नात्यांमध्येही केली जातात. जेव्हा आपण लोकांना भेटतो, तेव्हा आपण त्याचे फायदे–तोटे मोजतो. ते असं दिसू शकतं :

''मी एका माणसाला अचानक भेटलो. तो अमुक एका कंपनीत काम करतो. ती कंपनी आमचा मोठा क्लायंट आहे. मला त्याच्याशी चांगली मैत्री केलीच पाहिजे. उद्या सकाळी पहिल्यांदा त्याला फोन करतो.''

''अच्छा, ती सबकॉन्ट्रॅक्टर आहे का? मग जाऊ दे. तिच्याशी ओळख वाढवण्यात काही हशील नाही.''

एखादा नातं फायदेशीर किंवा लाभदायी आहे, म्हणून तुम्ही ते वाढवाल, जोपासालही. किंवा एखाद्या नात्यातून काही फायदा मिळणार नसल्याने त्याकडे लक्ष देणार नाही.

कामच्या बाहेरही, जो माणूस पटापटा तुम्हाला फायदे करून देत असेल, त्याला खूश ठेवायचा तुम्ही प्रयत्न कराल. त्याच वेळी जो कोणताही लाभ देणार नसेल, त्याला खारीज करून टाकाल.

अर्थात, जग काही केवळ आदर्शवाद्यांनी तयार झालेलं नाही, हे मला माहीत आहे. आणि त्यामुळे तुम्ही कोणीही असा, काही प्रमाणात गणितं, फायदे–तोटे यांचा विचार करणं साहजिक असतं.

तरीही, आपण आपली नाती अपेक्षांच्या आधारावर उभारायला नकोत.

तुम्ही एखाद्या माणसाला भेटलात, बोललात, कारण तो तुमच्याकरता महत्त्वाचा आहे, तर त्या नात्याचा शेवट वाईट होईल. त्याला दुखावायचं नसल्याने किंवा त्याच्या नजरेत वाईट ठरायचं नसल्याने, तुम्ही सतत खुशमस्करी कराल किंवा छान छान बोलाल. परिणामी शेवटी तुम्ही लांगुलचालन करू लागाल.

या नात्यात मग असमतोल निर्माण होईल, एक जण प्रबळ, तर दुसरा दुय्यम ठरेल.

आणि या सगळ्यात, तुमचं आत्मतेज मंदावेल. तुमची ऊर्जा कमी होईल. तुमच्यातली ठिणगी विझेल. तुम्ही आत्मविश्वास गमावाल.

झेनमध्ये एक म्हण आहे, 'सर्वोच्च मार्गामध्ये कठीण काही नसतं, फक्त निवड करणं टाळलं पाहिजे.'

इथे सर्वोच्च मार्ग म्हणजे बुद्धत्वाकडे जाण्याचा मार्ग. बुद्धत्वप्राप्तीसाठी आपल्याला खडतर परिश्रम आणि कठीण अशा प्रशिक्षणातून तावून सुलाखून जावं लागतं, अशी आपली कल्पना असते. पण ते सत्य नव्हे. बुद्धत्वाचा मार्ग अजिबात कठीण नसतो. 'आपण फायद्या-तोट्यांच्या गणितावर आणि शक्यतांवर विसंबून निर्णय घेणं टाळलं पाहिजे. आपण निवडक गोष्टीच करणारे असू शकत नाही,' हा झेन म्हणीचा अर्थ आहे.

सुंदर आयुष्य, आनंदी आयुष्य म्हणजे बुद्धत्वाकडे जाण्याचा मार्ग आहे असं प्रत्येकाला वाटतं. पण अशा आयुष्याकडे जाण्यासाठी मतं बनवणं, मूल्यांकन करणं या बाबी थांबवल्या पाहिजेत. आपण प्रामुख्याने ते करायला नको.

फायद्या-तोट्यांवर अवलंबून राहणं, हे याचं मुख्य उदाहरण आहे.

तुम्ही प्रत्येक गोष्टीचं मूल्यमापन करण्यात व्यग्र राहिल्याने, तुम्ही खरोखरीच चांगल्या लोकांशी नातं जोडू शकणार नाही. तुम्ही चांगलं आयुष्य जगणार नाही, तुम्हाला स्वतःसाठी तेजस्वी आणि आनंदी मार्ग निर्माण करता येणार नाही.

आणखी एक झेन म्हण अशी आहे : 'होगेजाकू'. म्हणजे 'सगळं काही सोडून द्या.'

फायद्या-तोट्यांची पूर्वग्रहित दृष्टी पहिल्यांदा आपण टाकून दिली पाहिजे, हे नक्की. जेव्हा आपण असं करू, तेव्हा आपण आयुष्यातल्या महत्त्वाच्या गोष्टी अधिक स्पष्टपणे पाहू शकू.

विभाग पाचवा

तुम्ही 'कशा प्रकारे' काळजी करता ते बदला आणि मग तुमचं आयुष्य बदलून जास्त चांगलं होईल.

पैसा, वृद्धत्व, मृत्यू आणि बरंच काही...

४१

पैसा

'आणखी हवं,' या इच्छेमुळे सगळं काही कठीण होतं.

बुद्धाचे शब्द असे : ''माणसाची इच्छा अशी असते की, जर हिमालयाचं सोन्यात रूपांतर झालं, तरी त्याला ते पुरेसं वाटत नाही.''

मानवी इच्छा अमर्याद असतात. त्यांना मर्यादा नसते.

इच्छेचं तंतोतंत प्रदर्शन पैशांमधून होतं.

पैशाच्या मागे जाण्याला अंत नसतो. आपल्याला काहीतरी हवं असेल, तर ते मिळवण्यासाठी आपण पैशांची बचत करतो. पण एकदा ते प्राप्त केलं की, आपल्याला आणखी काहीतरी किंवा आणखी चांगलं काहीतरी हवं असतं. आणि त्यामुळे आपल्याला जास्त, जास्त पैसा हवा असतो.

आपल्याला विशिष्ट असं काही नको असलं, तरीही आपण पैशाच्या मागेच असतो. आपण त्याला बांधील असतो, आपण त्यामुळे एका दिशेने जात राहतो. त्याच्यापासून मुक्त होण्याचा मार्ग नसतो.

आपल्याला काय पाहिजे आहे ते मिळण्यासाठी आपल्याला ज्या गोष्टी चांगल्या येतात, त्याकरिता कष्ट करणं आणि समाजाप्रती काही एक

योगदान देणं अशा दृष्टीनेही आयुष्याकडे पाहता येऊ शकतं. आणि असं करताना आपण त्यातून काही प्रमाणात पैसा मिळवू शकतो.

पण पैशांसाठी जगू नका. आपण कष्टपूर्वक आपल्याला हवं ते काम करण्यासाठी आणि समाजाला योगदान देण्यासाठी जगतो, पैशांचा साठा करण्यासाठी नव्हे. जेव्हा गोष्टी उलट्या होतात, तेव्हा माझ्यामते आयुष्य रिकामं वाटतं.

एक वाक्प्रचार असा, 'कमी गोष्टींची इच्छा ठेवा आणि समाधान अनुभवा.' महानिर्वाणाच्या वेळी बुद्धाने 'महायान सूत्रे' सांगितली. त्यात थोडी इच्छा आणि जास्त समाधान याबद्दल तो म्हणाला, ''जमिनीवर झोपल्यावरदेखील ज्यांना समाधान म्हणजे काय माहीत आहे, ते सहज, शांत आणि विश्रांत असतात. ज्यांना राजमहालात राहूनही समाधान माहीत नसतं, ते तृप्त झालेले नसतात. श्रीमंत असूनही ज्यांना समाधान माहीत नसतं, ते गरीब असतात.''

जर तुम्ही 'माझ्याकडे भरपूर आहे, मी समाधानी, कृतज्ञ आहे' असा विचार केलात, आणि जर तुमचं घर साधं आहे आणि जेवण साधं आहे, तर तुम्ही खऱ्या अर्थाने श्रीमंत आहात. पण जर तुम्ही 'माझ्याकडे जे आहे त्यामुळे मला अजिबात समाधान मिळू शकत नाही', असा विचार केलात, तर जरी तुम्ही महालात राहात असाल आणि पंचपक्वान्नांचं जेवण करत असाल, तरी तुम्ही तृषित, असमाधानी राहाल.

तुम्ही बाजारात आलेली नवनवी उत्पादनं विकत घेऊ शकाल, पण तुम्ही कधीही समाधानी नसाल. जेव्हा नवं कुठलंतरी उत्पादन बाजारात येईल, तेव्हा तुम्ही पुन्हा विचलित व्हाल, तुम्हाला ते हवंसं वाटेल. काही लोक तर त्यासाठी गुन्हा करण्याच्या टोकापर्यंत जातात. अशा असण्याला काही अर्थ नाही. पीडादायी आहे हे.

तुम्ही ब्रँड्सकडे लक्षच दिलं नाहीत, तर तुम्ही ज्यामुळे आनंदित होता त्या गोष्टींनी समाधानी व्हाल आणि जेव्हा तुम्ही त्या वस्तू नीट वापराल, तेव्हा तुम्हाला त्या आणखी आणखी आवडू लागतील. तुमचं लक्ष वेधून घेणाऱ्या इतर स्पर्धक उत्पादनांमुळे तुमचं लक्ष विचलित होणार नाही.

जपानी भाषेत एक सूत्र सांगितलं जातं, 'जागेपणी बसायला अर्धी चटई; जेव्हा झोपाल, तेव्हा पूर्ण चटई; संपूर्ण जगावर तुमचं राज्य असलं, तरी चार किंवा पाच वाडगे.'

तुम्ही कितीही मोठे, महान असलात, तरी जागेपणी तुम्हाला लागते अर्धी चटई जागा, जेव्हा झोपी जाता, तेव्हा पूर्ण चटई जागा लागते आणि तुमची पत, प्रतिष्ठा आणि प्रभाव कितीही असो, तुम्हाला रोजच्या स्वयंपाकासाठी चार ते पाच छोटे वाडगे पुरेसे असतात.

मुळात, मानवी अस्तित्व असतं ते एवढंच.

त्यामुळे तुम्हाला समाधानी व्हायचंय की नेहमीच असमाधानी राहायचंय?

कोणता मार्ग तुम्ही निवडाल?

४२

वय वाढत जाणं

क्षमा करणं जितकं जमेल, तितके तुम्ही आनंदी राहाल.

''काही दिवसांपासून, माझी शक्ती मला कमी झाल्यासारखी वाटतेय...''

''आधीपेक्षा आता माझी ऊर्जा कमी झालीय...''

जसं आपलं वय वाढतं, तसं झाडांप्रमाणे आपली वाढीची कडी साठत जात असतीलही, पण त्याचा अर्थ असा नाही की, त्याच्या तुलनेत आपलं समाधानही वाढत जातं.

उलट, लोक जसे निवृत्तीच्या वयाकडे जाऊ लागतात, तशी त्यांना रिकामपणाची भावना ग्रासते.

त्यामुळे होतं असं की, ते काहीही कृती करायचं थांबवतात. ते टीव्ही पाहण्यात दिवस व्यतीत करतात, ते कमी कृतिशील होतात.

काही दिवसांपूर्वी, कोणीतरी त्यामध्ये निवृत्त झालेल्या काही नवऱ्यांचा उल्लेख गमतीने 'गळून पडलेली ओली पानं' असा केला होता. एके काळी कॉर्पोरेट योद्धे असणारी ही मंडळी, आता आपल्या पत्नींना अशा प्रकारे चिकटून राहतात की जणू जमिनीला चिकटलेली वाळकी ओली पानंच, जी काही केल्या बाजूला करता येत नाहीत.

म्हातारं होणं कठीण असू शकतं, पण कामातून निवृत्त होण्याचा अर्थ असा नाही की, तुम्ही आयुष्यातूनच निवृत्त व्हावं.

आपलं किती वय झालं, असं रडत राहण्याऐवजी, म्हातारं होण्यामुळे होणाऱ्या फायद्यांचा शोध का घेऊ नये?

तुम्ही जास्त आयुष्य जगल्यावर, अनुभवांनी समृद्ध होता आणि बरेचदा त्यामुळे कठीण काळात आणि संघर्षात टिकून राहण्याची शक्ती तुम्हाला प्राप्त होते.

यातले सगळे अनुभव तुमच्या मनाला प्रशिक्षित करतात, तुम्हाला अधिक उदार, खुली व्यक्ती बनवतात. तुमच्या आयुष्याच्या ऐन उमेदीच्या काळात सहनही न होणाऱ्या गोष्टींना 'असंही घडू शकतं बरं' असं म्हणून तुम्ही बाजूला ठेवू शकता. कधीकाळी विचार करण्याच्या ज्या पद्धती स्वीकारणं कठीण होतं, त्यांचा तुम्ही ''अच्छा, असाही विचार केला जाऊ शकतो,'' असं म्हणू शकता. या उदार अंतःकरणाने, तुम्ही आणखी अनुभवांसाठी खुले होता, जी म्हातारं होण्याची सर्वांत महत्त्वाची भेट असू शकते.

गोटो ईगन या इतिहासलेखन करणाऱ्या पद्धतीतून एक झेन शिकवण आली आहे. चीनमधल्या साँग राजांच्या काळात दक्षिणेकडील भागात एक झेन पंथ होता, त्यांनी ही पद्धत शोधली. त्यामध्ये असं म्हटलं आहे की, आपण म्हातारे होत जातो, तसे निस्तेजही होतो, आपण या क्षणभंगुर जगाशी तेवढे जोडलेले राहत नाही. कोणत्याही काळजीशिवाय किंवा हव्यासाशिवाय, आपण अशा विश्रांत स्थितीत राहतो, जिथे आपल्याला टेकड्यांच्या हिरवाईचा आनंद लुटत पहुडता येतं.

उदार व्यक्तिमत्त्वाचं हे मूर्तिमंत उदाहरण आहे. आपलं वय वाढल्यावर, आपल्याला वैतागल्यासारखं किंवा चिंताग्रस्त वाटू शकतं. कारण आपलं तरुणपण संपल्यामुळे हळहळायला होतं. गतकातर व्हायला

होतं. पण आपण कितीही विरोध केला, तरी आपण त्याबद्दल फार काही करू शकत नाही. आपल्याला वाढतं वय स्वीकारण्याशिवाय आणि शांत दृष्टिकोन आत्मसात करण्याशिवाय पर्याय नसतो.

लेखक सेईको तानाबे यांनी म्हटलंय, ''लोकांबद्दल अधिक जाणून घेण्याचा आनंद वृद्ध होण्यामुळे मिळतो, नाही का?''

अनुभव आणि ज्ञानाच्या संपत्तीमुळे, तरुण पिढ्यांचं निरीक्षण करण्यात आनंद मिळू शकतो. आपल्या अंतःकरणाचं औदार्य जागवू या, वाढवू या.

४३

वृद्धत्व

तुमचं दिसणं, तुमची ढब, तुमचं श्वास घेणं नियमित राखण्याबद्दलची झेन शिकवण...

मी नेहमी म्हणतो, ''वृद्धत्वाच्या काळात तात्त्विक होणं महत्त्वाचं असतं.''

पण तात्त्विक होणं याचा अर्थ असा नाही की, तत्त्वज्ञानाला शरण जाणं.

दिसणं आणि त्यासाठी तयारी करणं याचं उदाहरण घ्या. काही जण बराचसा काळ घरी घालवत असतील आणि त्यामुळे ट्रॅकसूट पसंत करत असतील. पण पायजमा-झब्बा घालण्यापेक्षा हे जास्त चांगलं. दुकानात वगैरे बाहेर जायच्या वेळेस ते वेगळे कपडे घालत असतील.

आपण कसे दिसतो, याचा आपल्या ऊर्जेवर, व्यक्तिमत्त्वावर प्रभाव पडतो. जेव्हा आपण स्वतःला छान, नीट आणि व्यवस्थितरीत्या प्रदर्शित करतो, तेव्हा आपण जास्त ताठ उभे राहतो. आपण जेव्हा ताठ उभे राहतो, तेव्हा आपली छाती फुलते आणि आपण अधिक खोलवर श्वास घेतो; ज्यामुळे आपल्याला अधिक मानसिक ऊर्जा प्राप्त होते.

वय वाढत जाताना आणखी एक बाब आपण विचारात घेतली पाहिजे, ती म्हणजे विनोदबुद्धी विकसित करण्याचं मूल्य. विनोदामुळे ताणतणावांचं

विरेचन होतं आणि लोक आनंदी होतात. सामाजिक संबंधांकरता वंगण म्हणूनही ते काम करतं.

संभाषणात विनोदाचा शिडकावा करण्यासाठी तुम्हाला लवचीक मनाची आवश्यकता असते. त्यामुळे जगात काय चाललं आहे याच्या सोबत राहण्यासाठी आणि ताजा दृष्टिकोन ठेवण्यासाठी विनोदामुळे प्रोत्साहन मिळतं.

प्रसिद्ध राकुगो विनोदी कथाकथनकार डान्शी तातेकावा जेव्हा तरुण होते, तेव्हा ते आणखी एक राकुगो कथाकथनकार, एनराकू सान्यतेई यांच्या बरोबर समुद्रकिनारी गेले होते. तातेकावा यांनी समुद्राकडे पाहिलं. तेव्हा त्यांना दिसलं की, एनराकू किनाऱ्यापासून दूर समुद्रात गेले आहेत आणि गटांगळ्या खात आहेत, बुडताहेत. पण त्यांना वाचवायला जाण्याऐवजी तातेकावा तिथे बसून राहिले, शांतपणे त्यांना बुडताना पाहत राहिले.

कोणीतरी आलं. त्यांनी एनराकू यांना वाचवलं. नंतर आश्चर्य वाटून एनराकू यांनी तातेकावांना खडसावलं, "मला मदत का केली नाहीस तू?" असं म्हटलं जातं की, तातेकावा शांतपणे उत्तरले, "जर आपण दोघंही मेलो असतो, तर राकुगो कथाप्रकार संपला असता. राकुगोचं जगच संपुष्टात आलं असतं. त्यामुळे मी असा विचार केला, मी तरी वाचलो पाहिजे, म्हणजे राकुगो बचावेल."

या प्रसंगाचा विचार करताना, तुम्हाला जरासं हसू फुटत नाही का? मनःस्थिती जराशी सैल, मृदू होत नाही का?

विनोदात विलक्षण शक्ती असते.

मी आधी म्हटल्याप्रमाणे, झेन आचरणाचा तो अर्क आहे. 'पांचट जोक' केल्यामुळे तुमची खिल्ली उडवली जाईल, वाईट बोललं जाईल असं वाटून घाबरू नका - विनोद निर्माण करण्यासाठी स्वतःच्या बुद्धीवर अवलंबून राहा आणि प्रयत्न करा.

४४

प्रेम

प्रेमाच्या बाबतीतसुद्धा, अतिरेक टाळणं योग्य असतं.

मला प्रेमाबद्दल जे काही सांगायचं आहे, ते कदाचित तुम्हाला वाचताना लाजिरवाणं वाटू शकेल, पण तरी मी धाडस करून या विषयावरचे माझे विचार मांडायचा प्रयत्न करतो.

प्रेमामध्ये कन्फ्यूशिअसची शिकवण 'हारा हाची बन मी' लक्षात ठेवली पाहिजे. याचा अर्थ पोटाचे आठ भाग भरेपर्यंत. म्हणजे असं की, ऐंशी टक्के पोट भरेल इतकंच खाल्लं पाहिजे.

ही शिकवण इथे लागू करून मी जे सांगू पाहतो आहे, ते असं :

''आपल्या जोडीदाराकडून परिपूर्णतेची अपेक्षा करू नका.''

जेव्हा आपण प्रेमाच्या ऐन भरात असतो, तेव्हा जोडीदाराला मिळवण्याकरता काहीही करायला तयार असतो.

आपल्याला आपल्यातल्या शंभर टक्के गोष्टी दाखवून द्यायच्या असतात आणि त्याचप्रमाणे त्यांच्यातल्या शंभर टक्के गोष्टी जाणून घ्यायच्या असतात. तरीही, एखाद्या माणसाबद्दल सगळं काही जाणून घेण्याची शक्यता ही जवळपास अशक्य असते. म्हणजे तो माणूस कुठे

जन्मला, कोणत्या वातावरणात वाढला, शिक्षण कसं घेतलं, त्याच्या सोबत असणारी माणसं, इत्यादी बाबी जाणून घेता येऊ शकतात, पण त्यापलीकडेही बरंच काही उरतंच.

आपण सगळे एकसारखे नसतो, हे विसरायला नको. तुम्ही आणि तुमचा जोडीदार यांनी एकमेकांना ऐंशी टक्के जरी ओळखलं - म्हणजे जर तुम्ही एकमेकांना ऐंशी टक्के जरी स्वीकारलं, तरी तुमच्या नात्याच्या दृष्टीने ते चांगलं ठरतं आणि तुम्हाला समतोल साधणं शक्य होतं.

तुमच्या जोडीदाराचा वीस टक्के भाग हा 'अज्ञात प्रदेश' राहील. त्याबद्दलच्या गूढामुळे आणि तो जाणून घेण्याच्या इच्छेमुळे तुमचा त्याच्यातला रस (त्याबद्दलचं प्रेम, जिव्हाळा) टिकून राहील.

शंभर टक्के परस्पर समजून घेणं अशी काही गोष्ट अस्तित्वात नसते आणि जर तसं असलं, तर तुम्ही पहिल्यांदा भेटल्यावर असलेलं आकर्षण आणि ताजेपणा टिकून राहणार आहे का?

जर तुम्ही तुमच्या जोडीदाराबद्दल, पन्नास टक्के जाणून घेतलं, तरी तुमचं नातं कठीण होऊ शकतं. 'तो किंवा ती माझ्यापेक्षा फारच वेगळा किंवा वेगळी आहे,' असं तुम्हाला सारखं वाटू शकतं.

नात्याच्या सुरुवातीच्या टप्प्यात दिसणं हा महत्त्वाचा भाग असतो. तुम्ही पहिल्यांदा एखाद्या/एखादीकडे आकर्षित होता, कारण तुम्हाला वाटतं की, तो/ती क्यूट आहे किंवा आकर्षक आहे किंवा सुंदर किंवा राजबिंडा आहे.

ते काहीही असो, पण एकदा तुमच्या मूल्यांमध्ये, विचारांमध्ये तफावत आहे असं तुमच्या लक्षात आलं, तर अशा वेळी सर्वांत चांगली बाब म्हणजे थोडं थांबा. अन्यथा, तुम्ही पहिल्या दिसण्याच्या आधारे लग्न करण्याचा निर्णय घेतला, तर तुमच्यातल्या भेदांमुळे तुमच्या नातेसंबंधामध्ये दरी येऊ शकते.

उदाहरण म्हणून पैसे घेऊ या. तुमच्यातले काही जण पैसा वाचवत असतील आणि विचारपूर्वक खर्च करत असतील, त्याच वेळी इतर काही जण मिळालेले सगळे पैसे त्याच दिवशी खर्चून टाकत असतील.

तुम्ही तुमचं मन उदार, खुलं ठेवलं, तर पहिल्यांदा तुम्ही भेद किंवा तफावत सहन करू शकालही, पण शेवटी तुमच्या संयमालाही सीमा असतात. थोड्याच कालावधीत, तुमचे वेगवेगळे दृष्टिकोन एकमेकांवर आदळतील आणि कदाचित तुम्ही काडीमोड किंवा ब्रेकअपच्या दिशेने जाल.

वेळेच्या व्यवस्थापनाच्या दृष्टीनेही असंच असतं. जर एखाद्याला त्याच्याकडचा वेळ विश्रांती घेण्यात आणि संगीत ऐकण्यात, पुस्तक वाचण्यात घालवासा वाटत असेल आणि ज्याच्या सोबत जगायचं आहे त्याला मात्र त्याचा वेळ बाहेर जाऊन खरेदी करण्यात, रेस्तराँमध्ये खाण्यात घालवणं आवडत असेल, तर यावरून उघड दिसतं की, कधी ना कधीतरी यांमध्ये घर्षण होईल.

किंवा खाण्याचंच घ्या. एखाद्याला भरपूर तेला-तुपाचे उच्च कॅलरी पदार्थ खायला आवडत असतील, तर त्याच वेळी दुसऱ्याला साधंसुधं, ताजं जेवण आवडत असेल, तर ते दोघं जण एकत्र बसून जेवणाचा आनंद घेणं अवघड आहे.

'प्रेम म्हणजे सुंदर गैरसमज, तर लग्न म्हणजे क्रूरपणे आलेली समज!'

जर तुम्ही प्रेमाच्या भरात ऐंशी टक्के ओळखण्याचा नियम लक्षात ठेवलात, तर तुम्ही वरचं वाक्य खोटं ठरवू शकता.

४५

लग्न

कृतज्ञतेच्या, कौतुकाच्या शब्दांमुळे नातं चांगलं होतं.

लग्नाला दीर्घ काळ झालेल्या जोडप्यांमध्ये, हळूहळू जास्तीतजास्त कमी बोलण्याकडे कल दिसतो. आजूबाजूच्या हवेइतकंच कमी महत्त्व जोडीदाराच्या अस्तित्वाला दिलं जाऊ लागतं. एकटेपणाच्या अशा दिवसांमध्ये जेव्हा एखादा नवरा घरामध्ये 'अंघोळ', 'जेवण' आणि 'झोपणं' एवढ्या तीनच गोष्टी उच्चारतो, तेव्हा तुम्हाला त्या मोडकळीस आलेल्या लग्नाच्या भेगांमधून जाणाऱ्या वाऱ्यांचा आवाज ऐकू येऊ शकतो.

एका बायकोला असं सांगायचं होतं :

"माझ्या या घरात किती बडबड चालू असते, पण तो म्हणजे बहुतेकदा तक्रारींचा पाढाच वाचला जातो. त्याचा बॉस असं म्हणाला, त्याचा क्लायंट असं म्हणाला... मला माहितेय, कामाबाबात बोलणं म्हणजे एक प्रकारे ताण कमी करणं असतं, पण मी... मी नेहमी ऐकणारीच असते... माझ्या मनात या गोष्टी साचत जातात, माहितेय तुम्हाला!"

माझ्या मते तिचा मुद्दा अगदी योग्य आहे. 'नवरा धडधाकट असो, पण तो जास्तीतजास्त वेळ घराबाहेरच राहो,' हे तिच्याकरता जास्त महत्त्वाचं असावं.

पण याबद्दल आणखी विचार करा. तुमचा जोडीदार भरपूर तक्रारी करत असेल तर त्याचा अर्थ काय होतो? तो काही कुणाकडेही तक्रारींचा पाढा वाचू शकत नाही. उदाहरणार्थ, तो या गोष्टी काही ऑफिसात सांगू शकत नाही, नाही का?

जरी त्याच्या ऑफिसात तसं कुणी असलंच, तरी त्या व्यक्तीकडे गाऱ्हाणी मांडणं धोकादायक असू शकतं. किंवा ज्याच्याकडे तक्रार सांगितली जाते, तो माणूस म्हणू शकतो, ''मला आता आणखी काही ऐकायचं नाही. तुला एवढा त्रास होत असेल, तर नोकरी सोडत का नाहीस?'' बरेचदा नवऱ्यांची ठरावीक प्रतिमा अशी असते की तो घराबाहेरच असतो, आणि हसत हसत सगळं सहन करत राहतो. मग त्याच्या आत कितीही काहीही का साठलेलं असेना.

तुमचा जोडीदार तक्रारी करू शकेल अशी व्यक्ती तुम्ही आहात याचा अर्थ तुमच्यावर त्याचा विश्वास आहे असं दिसतं. त्याचं मन मोकळं करण्यासाठी तो तुमच्यापाशी येतो, आणि तसं करताना तुमच्याकडे त्याला सुरक्षित वाटतं. या दृष्टीने या गोष्टीकडे पाहिलंत, तर कदाचित तुम्हाला फार त्रास होणार नाही, हो ना?

झेनमध्ये 'रो' नावाचा एक शब्द आहे. त्याचा अर्थ पूर्णतः उघडवाघडं होणं. काहीही दडवून ठेवलेलं नसणं. झेनमध्ये चहासोहळा अत्यंत महत्त्वाचा असतो. झेन आणि चहासोहळा यांचे संबंध सखोल आहेत. या सोहळ्यात खुल्या बागेमध्ये टी हाउस असतात, ज्यांना 'रोजी' म्हटलं जातं.

'रोजी' हा असा अवकाश असतो, जिथे सगळे आपल्या खऱ्या 'स्व'ने वावरू शकतात. टी हाउसच्या आजूबाजूला चालताना, आपण

आपला स्वभाव, स्वत्व आणायचं असतं. पूर्वी लोक वेगवेगळ्या वर्गांत जन्मायचे किंवा वेगवेगळ्या पदांवर असायचे किंवा समाजात त्यांची पत असायची. जसं की, सामुराई, कवी, व्यापारी इत्यादी. त्यांच्या या पदानुसार, त्यांना योग्य अशी वेशभूषा करावी लागायची.

'रोजी'चा हेतू असा की, असं एक अवकाश देणं जिथे म्हटलं जातं: ''कृपया इथे प्रवेश करा आणि तुम्हाला जे चिकटलेलं आहे, ते बाजूला टाका.''

तुम्हाला चिकटलेल्या गोष्टी बाजूला टाकल्यामुळे, तुमचा मूळ स्वभाव बाहेर येईल आणि जेव्हा तुम्ही टी हाउसमध्ये प्रवेश कराल, जो बुद्धाचा प्रदेश आहे, तिथे तुम्ही खुल्या मनाने पद किंवा प्रतिष्ठा यांची बंधनं पार करून जाल... या जगाला 'चानोयू' म्हणतात, महान टी मास्टर सेन नो रिक्यू यांची ही कल्पना आहे.

या दृष्टीने पाहिल्यास तक्रार करणं अगदी वेगळं दिसू शकतं, पण त्याच प्रकारे तसं करणं म्हणजे उघड होणं आणि तुमच्या 'स्व'त्वाला आवाज देणं, भावनांच्या स्फोटाच्या वेळी तुमच्या जोडीदारावर विश्वास टाकणं. ''याचं पुन्हा झालं सुरू!'' असा याला प्रतिसाद देणं हे काही फार चांगलं लक्षण नाही.

तक्रार करणं ही विश्वास असल्याची मूक कबुली असते, हे नक्की. त्यामुळे ऐकणाऱ्याने त्यात खंड पाडायला नको. त्यापेक्षा विश्वास अधिक उघड आणि खुलेपणाने दर्शवावा हे जास्त चांगलं.

तुम्ही घरी फुगलेला चेहरा घेऊन आलात आणि तुम्ही किंवा तुमचा जोडीदार, कुणीही एकमेकांना एकही शब्द बोलला नाहीत. उलट, तुम्ही झोपी जाईस्तोवर टीव्ही पाहत राहिलात... त्याऐवजी तुम्ही ''मी घरी आलो आहे,'' असं दारातून आत आल्यावर म्हणालात, तर तुमचा जोडीदार तुमचं स्वागत करेल आणि ''दिवस कसा गेला,'' वगैरे विचारेल.

झेन हे कृती आणि वर्तणूक यांबद्दल असतं. एखाद्यावर विश्वास असल्याची जाणीव पुरेशी नसते. तुमचा विश्वास व्यक्त होण्यासाठी तशी कृती करायचा प्रयत्न करणंही महत्त्वाचं असतं.

कुणी तुम्हाला जेवण दिलं किंवा प्यायला काही दिलं, तर ''थँक यू'' म्हणून त्यांचे आभार मानणं, तसं बोलणं हा तसं करण्याचा एक मार्ग आहे. किंवा जेव्हा मोठी खरेदी करण्यासाठी प्रवास करायचा असेल, तर बाहेर जाण्याआधी थोडा सल्ला देणं किंवा मदत करणं यामुळेही हा विचार दिसून येतो. आता असं पर्यावरण निर्माण करा, ज्यामध्ये तुम्ही खुलेपणाने तक्रारी सांगू शकाल. त्यामुळे तुमच्या जोडीदाराला असं लक्षात येईल की, तुमचा त्याच्यावर विश्वास आहे. त्याच्याकडे मोकळं बोलता येतं याबद्दल तुम्ही त्याच्या ऋणात आहात.

४६

मुलं

'हेलिकॉप्टर पालकत्वा'ने काळजीची बीजं पेरली जातात.

गेल्या काही वर्षांमध्ये मूल आणि पालक यांच्यातलं नातं कितीतरी बदललं आहे.

यातला सगळ्यात मोठा बदल म्हणजे 'आपापलं प्रत्यक्ष शिकू द्यायचं की नाही' हा आहे. पूर्वी, एकत्र कुटुंबांमध्ये अनेक मुलं असायची. लोक गरीब असायचे. त्यामुळे आईवडिलांना आपल्या मुलांमध्ये तितकं गुंतता येत नसे.

वडीलधाऱ्या किंवा थोरल्या भावंडांना बरेचदा आपल्या लहान भावंडांची काळजी घ्यावी लागायची, त्यांच्याकडे लक्ष ठेवावं लागायचं आणि विविध प्रकारे त्यांचं संगोपन करावं लागायचं.

मुलं आपल्या आईवडिलांपासून काही अंतरावर असायची, त्यामुळे त्यांना त्यांचं स्वातंत्र्य मिळायचं. शिवाय, भावंडांभावंडांमधल्या या नात्यांच्या गलबल्यामुळे कन्फ्यूशिअसचं लहान आणि मोठ्या सामाजिक सदस्यांमधल्या उतरंडीच्या व्यवस्थेचं ज्ञान मुलांना आपोआप व्हायचं

आणि त्यामुळे आपल्याहून कमकुवत असणाऱ्यांचा, लहानांचा विचार केला पाहिजे, असा विचार आपोआप रुजायचा.

जन्मदर घटल्यामुळे, आईवडील आपापल्या मुलांकडे जास्तीतजास्त लक्ष देऊ लागले. आणि तीव्र स्पर्धेमुळे, जन्मल्यापासूनच मुलांच्या शैक्षणिक यशस्वितेचा, त्याच्या पदाचा विचार केला जाऊ लागला. जे मूल भरपूर अभ्यास करतं, ते मूल चांगलं असा समज झाला. त्यामुळे अशा मुलांसाठी आईवडील वाटेल ते करू लागले.

आपले निर्णय आपण घेणं आणि त्यानुसार वागणं हे कमी झालं. प्रत्येक गोष्ट करण्याआधी सूचनांची वाट पाहणं हे सुरू झालं... आजच्या तरुण लोकांचा हा स्वभावकल मूल-आईवडील यांच्यातील बदललेल्या संबंधांमुळे झालेला आहे, यामध्ये कोणतीही शंका नाही.

टोक्यो शहराच्या दक्षिण भागामध्ये घडलेला एक विचित्र प्रसंग असा :

पोलिसांचा मुख्य म्हणून नियुक्त झालेला नवा अधिकारी स्टेशनात आला. त्याचे सहकारी त्याचं स्वागत करायला गोळा झाले. तो मुख्य पहिल्यांदा काही बोलायला तोंड उघडणार, तेवढ्यात त्या अधिकाऱ्याची आई त्याच्या समोर उभी होती. तिने माइक हाती घेतला. त्याच्याकडे लक्षही न देता, तिने आपल्या मुलाबद्दल भाषण द्यायला सुरुवात केली. विचार करा, पोलीस सहकारी आश्चर्याने किती चकित झाले असतील.

आई ही आई असते आणि मुलगा तो मुलगा. ती मुलाला एकट्याने बाहेर जाऊ देत नाही, काळजी वाटून तीही आपल्या मुलाबरोबर जाते, हे सगळं काही मान्य असलं तरी तिने आपल्या मुलासोबत असं करणं हे किती अयोग्य आहे? तिला एवढं तरी समजलं पाहिजे ना? आणि तिच्या मुलानेही तिला "तुझं काय चाललंय?" असं खडसावून विचारलं पाहिजे ना? त्याचा अधिकार स्थापित केला पाहिजे ना? त्याच्यासारख्या मोठ्या पदावरच्या प्रौढ व्यक्तीने तरी असं करणं अपेक्षित नाही. आपल्या काही

डझन किंवा शंभर पोलीस अधिकाऱ्यांसमोर तो एखाद्या लहान मुलासारखा वागला. त्यामुळे त्याच्यावरचा विश्वास जवळपास लयाला गेला.

अर्थात, असं नेहमी घडतं असं काही म्हणत नाहीये, पण अशा गोष्टी अधूनमधून घडत असतील, तर त्याने मला आश्चर्य वाटणार नाही.

हेलिकॉप्टर पालकत्वाने समस्यांची तीव्रता वाढते. मूल त्यामुळे बिघडतं.

बौद्ध तत्त्वांमध्ये, आम्ही तीन विषं आहेत असं म्हणतो - हाव, राग आणि अज्ञान. या तिन्हींवर आपण विजय मिळवला पाहिजे. याबद्दल विचार करण्याची आणखी एक दृष्टी म्हणजे, यालाच आपण अनुक्रमे 'लोभी मन', 'रागीट मन' आणि 'मूर्ख मन' असं म्हणू शकतो.

हेलिकॉप्टर पालकत्व हे विषारी असतं. ते अज्ञानाची अभिव्यक्ती आहे.

बौद्ध तत्त्वज्ञानातले शब्द असे, 'तुम्हाला मूल आहे, याचा अर्थ तुमच्याकडे संपत्ती आहे, असा विचार करण्यामुळे मूर्ख लोक दुःखाला सामोरं जातात. आपल्या स्वत्वाचेही आपण मालक नसतो, तर मग आपण आपल्या मुलाचे किंवा संपत्तीचे मालक कसे काय असू शकतो?'

तुमची मुलं तुमच्या मालकीची असतात, या मूर्ख कल्पनेवर तुम्ही मात केली, तर तुम्ही तुमच्या मुलांसोबत ताजं, योग्य आणि आनंदी नातं निर्माण कराल.

४७

मृत्यू

आपल्या मृत्यूची जबाबदारी तुम्ही
बुद्धावर टाकली पाहिजे.

आपलं वय जसजसं वाढत जातं, तसं आपल्याला कितीही न आवडो, पण मृत्यूचं वास्तव आपल्या जवळ जवळ येऊ लागतं. आपण आपल्या दिवंगत आई-वडिलांच्या वयाचे झाल्यावर तर आपल्याला हे वास्तव आणखीनच प्रकर्षाने जाणवू लागतं.

तोपर्यंत, आपण आपल्या मित्रांचे आईवडील, परिचित आणि सहकारी यांच्या अंत्यविधीला जायला लागतो. शोकसभेला बोललेले शब्द कितीही सुंदर, अर्थपूर्ण असले, तरी त्या वेळी आपण मृत्यूच्या सावलीला तितक्या चांगल्या प्रकारे पाहू शकतो का, याबद्दल मला शंका वाटते.

''मी अनेक अंत्यविधी सोहळ्यांना गेलो, तिथे शोकसभेत मनोगत व्यक्त केलं होतं. पण दुःखात असलेल्या कुटुंबीयांना काय वाटतं हे मला कधी समजलं नव्हतं. जेव्हा माझ्या पालकांपैकी एकाचा मृत्यू झाला, तेव्हा मला आपल्यासाठी महत्त्वाच्या असलेल्या व्यक्तीला गमावणं म्हणजे काय असतं, हे समजलं.''

मी बरेचदा असल्या बाबी ऐकतो. आपल्या आईवडिलांपैकी कुणी एक जेव्हा मरतो, तेव्हा मृत्यू खरोखरीच जाणवतो आणि त्यांच्या मृत्यूचं वय तुमच्या मरणाची प्रमाणरेषा ठरते.

''हं, उरलेलं आयुष्य आता अधिकचं मिळालेलं आहे.''

माझ्या वडिलांच्या बाबतीत हे सत्य होतं. त्यांचे पालक ज्या वयाला मरण पावले, ती प्रमाणरेषा झाली आणि त्या बिंदूपर्यंत माझ्या वडिलांनी भरभरून आयुष्य जगून घेतलं, पण त्यानंतरचा काळ माझ्या मते त्यांनी अधिकचा, जास्तीचा मिळालेला वेळ म्हणून फार सौजन्याने, नम्रपणे स्वीकारला.

आपले पालक मृत झाले त्या वयापर्यंत जेव्हा आपण पोहोचतो, तेव्हा आपण विचार करू शकतो, 'अच्छा, लवकरच आता माझ्या नव्या आयुष्याच्या आधीची शेवटची संध्याकाळ होईल.'

'शुशोगी' म्हणजे आचरण आणि पुनर्परीक्षण. डोजेन झेनजी शोबोगेंझो यांच्या पुस्तकातला शुशोगी हा महत्त्वाचा भाग आहे. सोटो झेन बुद्ध तत्त्वज्ञान सर्वसामान्यांना समजावं यासाठी तो लिहिण्यात आला आहे. त्यात पाच भाग असून प्रत्येकात एकतीस परिच्छेद आहेत. पहिल्या भागाची सुरुवात अशी :

'सर्व बौद्धांसाठी सगळ्यात महत्त्वाचा मुद्दा आहे तो जन्म–मरणाचा अर्थ स्पष्टपणे जाणून घेणं.'

डोजेन झेनजीही म्हणतात, ''आपण जिवंत असतो, तेव्हा पूर्ण जगून घेतलं पाहिजे. आपण जेव्हा मरू, तेव्हा पूर्णपणे मेलो पाहिजे.''

''झेनमध्ये गोष्टी पूर्णत्वास नेण्यास का सांगितल्या जातात,'' असं तुम्ही विचाराल. पण यात काही कठीण आहे, असं वाटत तरी नाही. जिवंत असताना, मृत्यूचा विचार करण्याने काळजी आणि भीती वाटते. कारण आपल्या मते मृत्यू म्हणजे जीवनाची समाप्ती, संपून जाणं.

झेन वाक्प्रचार असा, 'भूतकाळ किंवा भविष्यकाळाचा निवाडा करू नका.'

प्रत्येक क्षणाचं अस्तित्व त्याच क्षणात असतं, त्याचा त्याआधी आणि त्यानंतरशी काही संबंध नसतो. जीवन आणि मृत्यू ही ठोक सत्यं असतात. जीवन म्हणजे मरणाकडे सरकणं नसतं, आणि मरण म्हणजे काही जीवन संपणं नसतं.

आपल्या क्षमतेअनुसार सर्वोत्तम जगून आयुष्य परिपूर्ण करायचा प्रयत्न करणं म्हणजे परिपूर्ण जगणं होयं. आपलं आपल्या मृत्यूवर नियंत्रण नसल्यामुळे, त्याची जबाबदारी आपण बुद्धावर सोडून द्यावी. आपण संपूर्ण जगलो, तर ठोस असा मृत्यू आपोआप येईल. ते म्हणजे संपूर्ण मरणं... माझ्या मते डोजेन झेनजींना हेच म्हणायचं असावं.

तुम्ही जिवंत असेपर्यंत स्वतःला जगण्याला समर्पित करा.

मृत्यूची काळजी किंवा भीती त्यामध्ये अंतर्भूत नसते.

याआधी मी एकिहो मियाझाकी यांबद्दल सांगितलं होतं. ते १०६ वर्षं जगले आणि शंभरी पार केल्यानंतरही, त्यांनी तरुण संन्याशासारखंच आचरण ठेवलं. त्यांनी म्हटलं आहे, ''लोक स्वतःलाच विचारतात, मरण्याची चांगली वेळ कुठली, आणि त्यांना वाटतं, 'माझी आत्मजागृती झाल्यावर. बुद्धत्वप्राप्ती झाल्यावर.' पण ते चुकीचं आहे. शांतपणे आणि स्थिर बुद्धीने जगणं म्हणजे आत्मजागृती. शांतपणे आणि स्थिरबुद्धीने जगणं काही कठीण नसतं. जेव्हा मृत्यूची वेळ येईल, तेव्हा मरणं सर्वोत्तम. तर जगण्याच्या वेळी, शांत आणि स्थिर जगणं उत्तम.''

मियाझाकी झेनजींची 'शांतपणे आणि स्थिर बुद्धीने' जगण्याची संकल्पना ही 'संपूर्ण जगलं पाहिजे' या डोजेन झेनजी यांच्या संकल्पनेसारखीच आहे.

अर्थात, हे खरोखरीच कठीण आहे, पण या स्थितीला जाण्याची इच्छा तरी असली पाहिजे. त्याच्या पलीकडे संपूर्ण मृत्यूची शांतता निवास करते.

४८

अंत

तुमच्यानंतर तुम्हाला कसं आठवलं जाईल?

जेव्हा तुम्ही तुमच्या अंताला भेटण्याची तयारी कराल, तेव्हा तुमची आठवण शब्दरूपात कशी उरावी असं तुम्हाला वाटतं?

मृत्यूच्या समयी, माझ्या गावात राहाणाऱ्या एकाने 'बान्झाई' हा शब्द निवडला. त्याचा अर्थ आहे, अनंत जीवन आणि समृद्धी. त्याने आयुष्यात जे काही कमावलं आणि आयुष्यात त्याने काहीही मागे ठेवलं नाही, त्या सगळ्याचा सारांश या शब्दात सामावला होता.

पण इतक्या सहज हे होत नाही. असं म्हटलं जातं की, जपानच्या ईदो काळात (१६०३-१८६३) असलेले प्रसिद्ध भिक्खू आणि प्रमुख धर्मगुरू सेंगाई यांचे शेवटचे शब्द होते, ''मी मृत्यूसोबत जाणार नाही.'' सेंगाई बेधडक बोलण्यासाठी प्रसिद्ध होते. एकदा त्यांनी डायम्यो राजवटीतल्या प्रमुख कारभाऱ्याबद्दल एक उपहासात्मक कविता लिहिली होती. त्यात उपरोध ठासून भरला होता.

‘ज्या कारभाऱ्याला सगळं काही ठीक आहे असं वाटतं, त्याचा शेवट ठीक होणार नाही. आधीच्या कारभाऱ्याला वाटलं होतं की, सगळं काही ठीक आहे.’

त्यामुळे सेंगाई यांच्या शिष्यांना त्यांच्या अखेरच्या शब्दांचा अर्थ जसाच्या तसा घ्यायचा का नाही, हे कळेना. मला स्वतःलाही त्यात काय खोल अर्थ दडला असावा, असा प्रश्न पडला.

झेन संन्याशांमध्ये प्रत्येक वर्षाच्या सुरुवातीला ‘यूईज’ म्हणजे मृत्यूवरची कविता रचण्याची प्रथा होती. त्यामधून त्यांच्या मनाची स्थिती काय आहे, हे प्रतिबिंबीत व्हायचं. ही परंपरा संपुष्टात आली असली, तरी मी अशी कल्पना करतो की, काही यूईज कविता कदाचित शेवटी संन्याशांचे अखेरचे शब्द म्हणून काम करत असाव्यात.

माझ्या स्वतःच्या वडलांची यूईज अशी –
‘स्वच्छ जमीन, जिथे तणतणोरा नाही
गवत बाजूला होऊन शुद्ध भूमीला जागा करून देतं
ही आठ–सात वर्षं, ही आठ–सात वर्षं
केंकोत सेवा देता देता माझी तब्येत ढासळली
शिशोने झेनमध्ये सांगितलं, श्रद्धेच्या मार्गाने चाला,
जो शांतता आणि स्थिरत्वाकडे जातो.’

या कवितेत माझ्या वडिलांनी त्यांचं नाव शिशो आणि ते ज्या मंदिराचे प्रमुख धर्मगुरू होते, ते मंदिर ‘केंकोजी’ने गुंफलं आहे. या कवितेमध्ये माझ्या वडिलांच्या आयुष्याबद्दलच्या भावना प्रतिबिंबीत झाल्या आहेत, असं मला वाटतं.

प्रत्येक वर्षी तुमची मनःस्थिती कशी आहे, याबद्दल लिहून काढा, असं मी तुम्हाला सांगेन. अर्थात, त्यात मृत्यूबद्दलची जाणीव असली पाहिजे, असं काही नाही. त्यात तुमचे संकल्प लिहू शकता, येत्या वर्षाकडून तुमच्या आशा–अपेक्षा काय आहेत हे लिहू शकता, त्या वर्षात तुम्हाला कसं जगायचं आहे हेही लिहू शकता. कॅलेंडरचं पान बदलल्यावर जे काही विचार तुमच्या मनात येतील, ते सारे लिहू शकता.

आणखी एक पर्याय आहे. प्रत्येक वर्षी १२ डिसेंबरच्या दिवशी क्योटोमधल्या कियोमिझू मंदिरात एक सोहळा पार पडतो. त्यामध्ये त्या वर्षाचा 'कांजी' जाहीर केला जातो. म्हणजे त्या आदल्या वर्षीचं प्रतिनिधित्व करणारं एक अक्षर. नव्या वर्षाच्या सुरुवातीस, तुम्ही तुमच्या मनःस्थितीचं प्रतिनिधित्व करणारा एखाद्या शब्दाची निवड करू शकता.

मृत्यू कधी येणार याची माहिती आपल्याला नसते, पण आपण माणसं असल्याने, एक ना एक दिवस तो येणार हे निश्चित असतं. जेव्हा ती वेळ येईल, तेव्हा तुमच्या मागे राहणाऱ्या तुमच्या प्रिय व्यक्तींना, तुम्हाला त्यांच्याबद्दल काय वाटतं, हे जाणून घेणं सर्वांत जास्त आवडेल.

'ते असा विचार करत होते तर... त्यांना असं वाटत होतं का?'

जर आपल्यामधून दूर गेलेल्या लोकांना काय वाटायचं याची झलक आपल्याला समजू शकली, वर्षाच्या सुरुवातीला त्यांनी लिहिलेल्या शब्दांमधून थोडंफार काही वेचता आलं, तर त्यांना अंतःकरणपूर्वक निरोप देणं आपल्याला सोपं जाऊ शकतं, असं मला वाटतं.

दरवर्षी आपली स्वतःची कविता लिहिण्याचा विचार करा.

अनुवादक परिचय

लेखक, अनुवादक आणि संपादक म्हणून प्रणव सखदेव हे मराठी साहित्य वर्तुळात सुपरिचित आहेत. त्यांचे दोन कथासंग्रह आणि दोन कादंबऱ्या प्रकाशित असून त्यांना वाचकांचा उत्स्फूर्त प्रतिसाद लाभला आहे. विविध दैनिकांमधून, नियतकालिकांमधून आणि दिवाळी अंकांमधून त्यांचं लेखन प्रकाशित होत असतं. याशिवाय त्यांनी अ‍ॅलेक्झांडर ड्यूमास, एच.जी. वेल्स, एपीजे अब्दुल कलाम, जेरी पिंटो यांसारख्या मान्यवर लेखकांची पुस्तकं मराठीत अनुवादित केली आहेत. २०१५-१६ या वर्षाकरिता त्यांना अनुवादासाठी कुसुमाग्रज प्रतिष्ठान, नाशिक यांची अभ्यासवृत्ती मिळाली होती.